എബ്രഹാം ദുഖരിതന്റെ മരണം, സ്വപ്നം, സത്യം

Bodhi Books
Nedumpana PO, Kannanalloor
Kollam - 691576, Kerala, India
E-mail: bodhibooks03@gmail.com
Tel: +91 9447304886

ABRAHAM DUKHARITHANTE
MARANAM, SWAPNAM, SATYAM
By Dev Theerth S.
Novel / Malayalam

First Published: February, 2025
Second Edition: September, 2025

Typesetting: Bodhi Books
Cover: Sreevalsan Mankara
Book Design: Chembarathi Creatives

ISBN: 978-81-19770-99-1
Price **Rs. 130**
Production No. BB-194-2-100-9-25

Printed and bound in India by
Leo Digital, Kottayam

എബ്രഹാം ദുഖരിതന്റെ മരണം, സ്വപ്നം, സത്യം

നോവൽ

ദേവ് തീർത്ഥ് എസ്സ്.

ബോധി ബുക്സ്
കൊല്ലം - 691 576

ദേവ് തീർത്ഥ് എസ്സ്

ജലഗതാഗത വകുപ്പ് ജീവനക്കാരനായ സുനിൽകുമാറിന്റെയും അധ്യാപികയായ സീനയുടെയും മകൻ.

ജില്ലാ പഞ്ചായത്ത് പുറത്തിറക്കുന്ന കുട്ടികളുടെ മാസികയായ 'മഴവില്ലി'ൽ, 'പ്രകാശം' എന്ന കഥ പ്രസിദ്ധീകരിച്ചിട്ടുണ്ട്. വിദ്യാരംഗം കലാസാഹിത്യ വേദി നടത്തുന്ന പുസ്തകാസ്വാദന മത്സരത്തിൽ ഉപജില്ലാ തലത്തിലും ജില്ലാതലത്തിലും ഒന്നാം സമ്മാനം നേടിയിട്ടുണ്ട്.

ജില്ലാതല യൂത്ത് ഫെസ്റ്റിവലിൽ നാടക മത്സരത്തിൽ രണ്ടാം സ്ഥാനം നേടിയിട്ടുണ്ട്.

എം.ടി., വൈക്കം മുഹമ്മദ് ബഷീർ എന്നിവരാണ് പ്രിയ എഴുത്തുകാർ.

യാത്രകൾ ഇഷ്ടപ്പെടുന്നു.

തമ്പകച്ചുവട് ജി. യു. പി. എസ്സിൽ (VII C) പഠിക്കുന്നു. ചങ്ങനാശ്ശേരി എസ്.ബി. കോളേജ് വിദ്യാർത്ഥിയായ ദേവ് കൃഷ്ണ സഹോദരനാണ്.

വിലാസം: മഞ്ജിമ, അവലൂക്കുന്നു പി.ഓ., ആലപ്പുഴ

ഫോൺ: 9633227191, 9605281767

ആശംസ

തമ്പകച്ചുവട് ഗവ. യു. പി. സ്കൂളിലെ ഏഴാം ക്ലാസ് വിദ്യാർത്ഥിയായ ദേവ് തീർത്ഥ് രചിച്ച 'എബ്രഹാം ദുഖരിതന്റെ മരണം, സ്വപ്നം,സത്യം' എന്ന ലഘുനോവൽ പ്രസിദ്ധീകരിക്കുന്നു എന്നറിയുന്നതിൽ സന്തോഷമുണ്ട്.

ലോകസാഹിത്യത്തിന് സമം നിൽക്കുന്ന മലയാള സാഹിത്യത്തിന്റെ കൈ പിടിക്കാൻ ബാല്യത്തിൽത്തന്നെ ദേവ് തീർത്ഥിനു കഴിയുന്നു എന്നത് അഭിമാനകരമാണ്. മുതിർന്ന കഥാകാരന്മാരെപ്പോലെ കഥ പറച്ചിലിനിടയിൽ പിന്നോക്കം പോയി വീണ്ടും തിരിച്ചുവരുന്ന ശൈലി ചിലയിടങ്ങളിൽ കാണാം. ചില അദ്ധ്യായങ്ങൾ ഒറ്റവായനയിൽ മനസിലാക്കിയെടുക്കുവാൻ പ്രയാസമാണ്. അതിനുദാഹരണമാണ് എബ്രഹാം ദുഖരിതന്റെ മരണം.

ഇത്ര ചെറു പ്രായത്തിൽത്തന്നെ ഈ ക്രാഫ്റ്റ് എങ്ങനെ സാധിക്കുന്നു എന്ന് വായനക്കാരൻ അത്ഭുതം കൂറും. കാല -ദേശ-ലിംഗഭേദമേതുമില്ലാതെ, സകലതുമേകമെന്ന ഭാവത്തിൽ നോവൽ സാഹിത്യം അതിന്റെ ഉത്തമധർമം നിർവഹിച്ചു പോരുന്നു. അത്തരത്തിൽ നോവൽ സാഹിത്യം ഏറെയേറെ മുന്നോട്ട് പോകാനുണ്ട്. അതിന്റെ സഞ്ചാര പാതയിൽ, പ്രിയപ്പെട്ട ദേവ് തീർത്ഥും തന്റെ മികച്ച രചനകളുമായി പ്രകാശം പരത്തട്ടെ എന്ന് ആശംസിക്കുന്നു.

സ്നേഹപൂർവ്വം,

ഉഷാകുമാരി എം
ഹെഡ്മിസ്ട്രസ്
ഗവ.യു.പി.എസ്, തമ്പകച്ചുവട്

ആശംസ

ബാല്യം പിന്നിട്ട് കൗമാരത്തിലേക്ക് കടക്കാനൊരുങ്ങുന്ന ദേവ് തീർത്ഥ് എന്ന ഞങ്ങളുടെ സ്വന്തം ദേവ തംബുരു കഥാ ലോകത്തിനൊരു മികച്ച പ്രതീക്ഷയാണ്.

ഭാവനയിൽ ചാലിച്ച് തൂലികയാൽ പകർന്നുവെച്ച വാക്കുകൾ, ഉറ്റവർ അവനു നല്കിയ പേരിനെ അന്വർത്ഥമാക്കുന്നതാണ്. എഴുത്തിന്റെ ലോകത്ത്, സാഹിത്യ രംഗത്ത് ദേവിന് ഒരിടം ഉറപ്പ്.

ദൈവകടാക്ഷവും മാതാപിതാഗുരു പ്രാർത്ഥനയും ദേവ് തീർത്ഥിന്റെ എഴുത്തിനെ കൂടുതൽ ദീപ്തമാക്കട്ടെ എന്ന് ആശംസിക്കുന്നു.

ഹഫ്സ കെ
പ്രധമാധ്യാപിക
ഗവ. ഹൈസ്കൂൾ, മണ്ണഞ്ചേരി

ആശംസ

ദേവ് തീർത്ഥിന്റെ 'എബ്രഹാം ദുഖരിതന്റെ മരണം സ്വപ്നം സത്യം' എന്ന കൊച്ചു നോവലിന്റെ ആദ്യ വായനയിൽ എന്നെ അത്ഭുതപ്പെടുത്തിയത് ആ എഴുത്ത് രീതിയും അന്യാദൃശമായ ശൈലിയും ആണ്.

ഒരു പന്ത്രണ്ടുകാരന്റെ തൂലികത്തുമ്പിൽ നിന്നും വരുന്ന അസാധാരണമായ ജീവിത നിരീക്ഷണങ്ങൾ നമ്മെ വിസ്മയിപ്പിക്കും! ഒരു ജീവിതം മുഴുവനും ജീവിച്ചു തീർത്ത മനുഷ്യന്റെ ചിന്തകളും ആശയങ്ങളും നൊമ്പരങ്ങളും ഈ കൊച്ചുനോവലിസ്റ്റ് നമ്മോട് പങ്കുവയ്ക്കുന്നു.

'ചരിത്രത്തിന്റെ സത്യവും കള്ളവും ഒരുപോലെ കീറി മുറിച്ച്, സത്യത്തിലേ കള്ളവും കള്ളത്തിലെ സത്യവും മനസ്സിലാക്കിയെടുക്കുന്ന ഒരു ചരിത്രകാരനാണ് അയാൾ',

'മനുഷ്യർക്ക് അല്ലേ ബന്ധങ്ങൾ, കടപ്പാട്, ഒക്കെ? ഞാനും ഡേവിഡും ഭ്രാന്ത് പിടിച്ച മൃഗങ്ങൾ അല്ലേ? സ്നേഹം കിട്ടാത്ത, സ്നേഹമില്ലാത്ത മൃഗങ്ങൾ!'

എന്നൊക്കെയുള്ള അസാധാരണമായ ചിന്തകൾ ഈ കുഞ്ഞുമനസിന്റെ തൂലികയിലേക്ക് പകർന്ന ഈശ്വര ചൈതന്യത്തെ മനസ്സാ നമിക്കുന്നു.

മലയാള സാഹിത്യത്തിനും അപ്പുറത്തേക്ക് വളരുന്ന പ്രതിഭാശാലിയായ എഴുത്തുകാരനായി തീരട്ടെ ദേവ് തീർത്ഥ്.

ആശംസകളോടെ,

സുജാതകുമാരി എം. കെ
മുൻ ഹെഡ്മിസ്ട്രസ്
ഗവ. ഹൈസ്ക്കൂൾ, മണ്ണഞ്ചേരി

സമർപ്പണം

അച്ഛമ്മയെന്ന് ഞാൻ സ്നേഹപൂർവ്വം വിളിക്കുന്ന,
ഞങ്ങളുടെ കുടുംബത്തിന്റെ വഴികാട്ടിയായിരുന്ന
അമ്മച്ചിയമ്മ, ഹൈമവതി പത്താന്റെ ദീപ്തമായ
ഓർമകൾക്കു മുന്നിൽ ഞാൻ എന്റെ ഈ പുസ്തകം
സമർപ്പിക്കുന്നു

ആമുഖം

വൈക്കം മുഹമ്മദ് ബഷീറിന്റെ പാത്തുമ്മയുടെ ആട് എന്ന പുസ്തകം വായിച്ച നാൾ മുതൽ അബുവും ഫാത്തിമയും ആയിരുന്നു എന്റെ കഥാപാത്രങ്ങൾ. അഞ്ചാം ക്ലാസിൽ വച്ച് എന്റെ അബുവിനെയും ഫാത്തിമയെയും വായിച്ച പൊന്നമ്മ ടീച്ചർ എന്നെ കെട്ടിപ്പിടിച്ച് 'നിൻെറ ഒരു പുസ്തകം പ്രകാശനം ചെയ്യണം' എന്നു പറഞ്ഞപ്പോഴും പുസ്തകമെന്ന വിചാരം എന്റെ മനസ്സിൽ കയറിയിരുന്നില്ല. എന്നാൽ, ടീച്ചറിന്റെ തുടരെത്തുടരെയുള്ള നിർബന്ധമാണ് കുറെക്കൂടി ഗൗരവത്തിലുള്ള എഴുത്തിലേക്ക് എന്നെ നയിച്ചത്.

ചിന്തകളിൽ ഭാവനയുടെ നിറം ചാലിച്ച് തന്ന ഈശ്വരചൈതന്യത്താൽ നയിക്കപ്പെടേണമേ എന്ന പ്രാർത്ഥനയാണ് എന്നും എന്നെ നയിക്കുന്നത്. ഭാവനയുടെ വഴിയെ പിച്ചവെക്കാൻ എന്നെ കൈപിടിച്ചവർ നിരവധിയാണ്. എന്റെ ഓരോ കുഞ്ഞു വരികളും ശ്രദ്ധാപൂർവ്വം വായിച്ച്, നെറുകയിൽ തൊട്ടനുഗ്രഹിക്കുന്ന സുജാത ടീച്ചറും കുടുംബവും എന്നും എന്റെ വഴികാട്ടികളും, നന്മയുടെ മാർഗദർശികളുമാണ്.

ഒരു കുട്ടിയുടെ ചിന്തകൾ എന്നതിനപ്പുറത്തേക്ക് കടന്ന് എന്റെ കഥകളെ വായിച്ച് പ്രോത്സാഹിപ്പിച്ചും ആശംസകൾ എഴുതിത്തന്നും ഒപ്പം നിൽക്കുന്ന തമ്പകച്ചുവട് ജി.യു.പി.എസ് ഹെഡ്മിസ്ട്രസ് ഉഷ ടീച്ചർ, എന്നെ വഴി നടത്തിയ മറ്റൊരാളാണ്. വിദ്യ ടീച്ചറും സൗമ്യ ടീച്ചറും മറ്റെല്ലാ അധ്യാപക -അനദ്ധ്യാപക അംഗങ്ങളും രക്ഷിതാക്കളും എന്നെ പലവട്ടം കാതോർത്തവരാണ്.

എന്റെ ചെറിയ നോവൽ വായിച്ച് ആശംസ എഴുതിത്തന്നനുഗ്രഹിച്ച ഹഫ്സ ടീച്ചർ (ഹെഡ്മിസ്ട്രസ്, ജി.എച്ച്. എസ്സ്, മഞ്ഞഞ്ചേരി), ദിലീപ് സർ, മറ്റ് അധ്യാപക-അനധ്യാപകർ, എല്ലാവരും എന്റെ പിഞ്ചു പാദങ്ങൾക്ക് ബലം പകർന്നവരാണ്.

ഓരോ ചുവടുവയ്പ്പിനും കരുതലിന്റെ കരുത്തേകി എന്നെ പ്രോത്സാഹിപ്പിക്കുന്ന കുടുംബ കൂട്ടായ്മയായ, 'ഡീസന്റ് മുക്ക് ഫാമിലി'യിൽ നിന്നാണ് എന്റെ തൂലികയ്ക്ക് വെള്ളവും വളവും ലഭിക്കുന്നത്.

വിപ്ലവവീര്യം നിറയുന്ന പത്താൻ കുടുംബവും ഞാറ്റുപാട്ടിന്റെ ഈണം തുടിക്കുന്ന കുട്ടനാട്ടിലെ പുളിംപറമ്പ് കുടുംബവും എന്നിൽ നിറച്ച ഊർജ്ജം ചെറുതല്ല!

വായനയുടെ ലോകത്ത് പിച്ചവെക്കാൻ അക്ഷരച്ചെപ്പുകൾ തുറന്നു തന്നത് എന്റെ പ്രിയപ്പെട്ട ജ്യോതി മിസ്സും ആന്റിയുമാണ്. അവർ രണ്ടുപേരും പകർന്നു തന്ന വാത്സല്യത്തേൻ നുകർന്നാണ് ഞാൻ വളർന്നത്.

എല്ലാത്തിലും ഉപരി, തിരക്കിനിടയിലും, എന്റെ ചെറിയ രചന വായിച്ച് അവതാരിക എഴുതിത്തന്ന, സിനിമ സംവിധായകൻ, തിരക്കഥാകൃത്ത്, എഴുത്തുകാരൻ, പത്രപ്രവർത്തകൻ എന്നീ നിലകളിലൊക്കെ പ്രശസ്തനായ ശ്രീ. കലവൂർ രവികുമാർ സാറാണ് എഴുതാനുള്ള ആത്മവിശ്വാസം എന്നിൽ വർദ്ധിപ്പിച്ചത്.

പുസ്തകത്തിന്റെ കവർ മനോഹരമായി ചെയ്തുതന്ന ശ്രീവത്സൻ മങ്കര സാറിന് ഒത്തിരി നന്ദി.

അച്ഛനും അമ്മയും ചേട്ടനും !

അച്ഛനും അമ്മയും സ്നേഹമായ്, കരുതലായ് കൂടെ നിൽക്കുമ്പോൾ; ചേട്ടൻ എന്റെ കരുത്താണ്, ഊർജ്ജവും!

എന്നെ സ്നേഹിക്കുന്ന, പ്രോത്സാഹിപ്പിക്കുന്ന നിങ്ങൾ ഓരോരുത്തരും എന്റെ മുന്നിൽ വഴിത്താരകൾ തീർക്കുന്നവരാണ് . നിങ്ങളുടെ സ്നേഹവും കരുതലുമാണ് എന്നെ മുന്നോട്ട് നയിക്കുന്നത്.

നിറസ്നേഹത്തോട,

ദേവ് തീർത്ഥ് (തംബുരു)

പ്രസാധകക്കുറിപ്പ്

ലോകത്തെക്കുറിച്ച് ഇന്നത്തെ കുട്ടികൾക്ക് വലിയ വലിയ കാഴ്ചപ്പാടുകളാണുള്ളത്. ഹൃദയത്തോടെ സംവദിച്ചാൽ മാത്രമേ ആരെയും അത്ഭുതപ്പെടുത്തുന്ന അവരുടെ ചിന്താലോകത്തേക്ക് നമുക്ക് കടന്നു ചെല്ലാനാകൂ. വിരൽത്തുമ്പിൽ തെളിയുന്ന ലോകവിജ്ഞാനം അവരുടെ ഭാവനയെയും സർഗ്ഗാത്മകതയെയും വിപുലപ്പെടുത്തിയിട്ടുണ്ട്. ഈ വസ്തുതകളെ അടിവരയിടുന്നതാണ് വായനക്കാരുടെ കൈകളിൽ ഇരിക്കുന്ന 'എബ്രഹാം ദുഖരിതന്റെ മരണം, സ്വപ്നം, സത്യം' എന്ന ഈ പുസ്തകം. പതിനാറ് അദ്ധ്യായങ്ങളിൽ അവസാനിക്കുന്ന ഒരു നോവലാണിത്. മുഷിയാതെ, ആകാംക്ഷാനിർഭരമായി കഥപറഞ്ഞുപോകാൻ എഴുത്തുകാരാവുന്നുണ്ട്. ദേവ് തീർത്ഥ് (തംബുരു) എന്ന ഏഴാം ക്ലാസ്സുകാരനാണ് ഇതിന്റെ രചയിതാവ്. ദേവിന്റെ ആദ്യപുസ്തകമാണിത്. ദേവിന്റെ ഏറെ വായിക്കപ്പെട്ട മൂന്നു കഥകൾ കൂടി പുസ്തകത്തിൽ ഉൾപ്പെട്ടിരിക്കുന്നു. പ്രതിഭയുടെ പ്രകാശം ഇതിലെ ഓരോ വാക്കുകളിലും നിറച്ചുവെയ്ക്കാൻ എഴുത്തുകാരനു കഴിയുന്നു. വായനാലോകം ദേവിലെ പ്രതിഭാശാലിയായ എഴുത്തുകാരനെ ഏറ്റെടുക്കുമെന്നുതന്നെയാണ് ഞങ്ങളുടെ വിശ്വാസം. ബോധി ബുക്സ് അഭിമാനത്തോടെ പുസ്തകം കൈരളിക്കു സമർപ്പിക്കുന്നു.

അവതാരിക

എബ്രഹാം ദുഖരിതന്റെ മരണം, സ്വപ്നം, സത്യം എന്ന കഥയെ ഇങ്ങനെ വായിക്കാനാണ് എനിക്കിഷ്ടം.

തിരിച്ചു വരാനും തിരികെ വിളിക്കാനും മനുഷ്യരുണ്ട് എന്ന ഓർമയാണ് നമ്മെ ജീവിക്കാൻ പ്രേരിപ്പിക്കുന്നത്. അത്തരത്തിലുള്ള മനുഷ്യരുടെ അസാന്നിധ്യം എബ്രഹാമിനെ മനുഷ്യൻ എന്നതിനപ്പുറം "ജീവി" എന്ന നിലയിലേയ്ക്ക് മാത്രമായൊതുക്കുന്നു. അപ്പൂപ്പൻ പുഴയിലൊഴുക്കുമ്പോഴുണ്ടായ നിസ്സഹായത എബ്രഹാമിന്റെ ജീവിതത്തിലുടനീളം മുഴച്ചു നിൽക്കുന്നുണ്ട്. ചേർത്ത് നിർത്തുന്ന മനുഷ്യന്റെ സാന്നിധ്യം തിരഞ്ഞപ്പോഴൊക്കെ എബ്രഹാം തിരസ്കരിക്കപ്പെടുക മാത്രമല്ല, വഞ്ചിക്കപ്പെടുകയും ചെയ്യുന്നുണ്ട്. വഞ്ചനകളുടെ ഈ മുറിവുകൾ ഒരിക്കലുമുണങ്ങാത്ത പകയായാണ് പരിണമിച്ചത്. ഒന്നിനുമീതെ ഒന്നായി ചെയ്തു പോന്ന കൊലകളൊന്നും അവന്റെ പകയടക്കിയില്ല.

പിന്നീട് ഓർമകളും അവയുടെ തുടർച്ചയും നഷ്ടപ്പെട്ടെഴുന്നേറ്റപ്പോഴും, മുത്തച്ഛൻ പുഴയിലൊഴുക്കി വിട്ട അതേ നിസ്സഹായത അവനിൽ നിഴലിക്കുന്നുണ്ട്. ചേർത്ത് പിടിക്കാൻ മനുഷ്യർ മാത്രമല്ല, സ്വയമറിയാൻ സ്വത്വവുമില്ലാത്ത ഒന്നായാണ് അവൻ രണ്ടാം ജീവിതത്തിൽ ഉയിർത്തെഴുന്നേൽക്കുന്നത്.

ഒടുവിൽ ഓർമ്മയും സ്വത്വവും വീണ്ടെടുക്കുമ്പോൾ താൻ വെറുമൊരു ജീവിയാണ്, എഴുത്തുകാരന്റെ ഭാഷയിൽ, 'മനുഷ്യർക്കല്ലേ ബന്ധങ്ങൾ, കടപ്പാട് ഒക്കെ? ഞാനും ഡേവിഡും ഭ്രാന്ത് പിടിച്ച മൃഗങ്ങൾ അല്ലേ? സ്നേഹം കിട്ടാത്ത, സ്നേഹമില്ലാത്ത, മൃഗങ്ങൾ!'.

കുട്ടിക്കാലത്തിന്റെ ബാക്കിപത്രമാണ് ജീവിതമെന്ന ഫ്രോയ്ഡിയൻ ദർശനം ഇവിടെ മുഴച്ചു കാണാം.

എഴുത്തുകാരന്റെ ഭാഷാശൈലിയിവിടെ എടുത്തു പറയേണ്ടതാണ്. ഓർമകളില്ലാത്തവന്റെ, തുടർച്ചകളറിയാത്തവന്റെ

പരന്ന ഭാഷ കഥയുടെ മാറ്റ് കൂട്ടുന്നതായി തോന്നി. തിരിച്ചറിവിന്റെ വെളിച്ചവും ദുഃഖവും കഥാന്ത്യത്തിലെ ഭാഷയിലും പ്രതിഫലിക്കുന്നുണ്ട്.

വരും കാലത്തിന്റെ ഒരു കഥാകൃത്തിനെ ഞാനീക്കഥയിൽ കാണുന്നു, കഥയിൽ, കഥ പറച്ചിലിൽ പുതിയ ഒരു വഴി വെട്ടിത്തെളിക്കാൻ പ്രതിഭയുള്ള ഒരാളെ.

സ്നേഹം.

കലവൂർ രവികുമാർ

എബ്രഹാം ദുഖരിതന്റെ
മരണം, സ്വപ്നം, സത്യം

അധ്യായം 1

ജീവിതം

ഞാൻ എബ്രഹാം ദുഖരിതൻ, ഞാൻ ഏതോ ആശുപത്രിയിൽ ആണ്. എനിക്ക് ഒന്നും തന്നെ ഓർമയില്ല. ഈ ആശുപത്രിയിൽ വരുന്നതിനു മുൻപുള്ള ജീവിതത്തിൽ നടന്ന കാര്യങ്ങൾ പോലും എനിക്ക് ഒരു ഓർമ മാത്രമേയുള്ളൂ. ഒരു കപ്പൽ ഓടിച്ച ഓർമ. ഡോക്ടർ പറഞ്ഞത് ഞാനിവിടെ വന്നിട്ട് 36 വർഷങ്ങളായി എന്നാണ്. ഇത്രയും വർഷങ്ങളായി ഞാൻ 'കോമ'യിൽ ആയിരുന്നു എന്നാണ്. 'കോമ' എന്ന വാക്ക് ഞാൻ ആദ്യമായിട്ടാണ് കേൾക്കുന്നത്. പിന്നെപിന്നെ ആ വാക്കിന്റെ അർത്ഥം ഞാൻ മനസിലാക്കി, ഇത്രേയുള്ളൂ "ജീവൻ ഉള്ള ശവം."

എപ്പോഴും ഒരു സ്ഫടികത്തിലേയ്ക്ക് നോക്കാൻ ഞാൻ ശ്രമിക്കാറുണ്ട്. ചിലപ്പോൾ മുഖം കാണാറുമുണ്ട്. ചുക്കി ചുളിഞ്ഞ മുഖം, കുഴിഞ്ഞ കണ്ണുകൾ, പിന്നെ നരച്ച മുടിയും. ഡോക്ടറാണ് എന്നെ എബ്രഹാം ദുഖരിതൻ എന്ന് വിളിച്ചത്. എബ്രഹാം എന്ന പേര് ഞാൻ ഇവിടെ വന്നപ്പോൾ എന്റെ കുപ്പായത്തിൽ തയ്ച്ചു പിടിപ്പിച്ചിരുന്ന പേരാണ്. ദുഖരിതൻ എന്ന പേര്, ഡോക്ടറുടെ മകൻ, ഞാൻ ജീവനുള്ള ശവമായി കിടക്കുന്ന സമയത്ത് എന്നെ വിളിച്ചതാണത്രേ.

ഡോക്ടർ ഇന്ന് വളരെ സങ്കടത്തിൽ ആണ്. ഞാൻ ഡോക്ടറോട് ചോദിച്ചു.

"എന്തു പറ്റി? ഇന്നലെ നല്ല സന്തോഷത്തിലായിരുന്നല്ലോ, ഇന്ന് സങ്കടത്തിലും?"

ഡോക്ടർ എന്നെ നോക്കി അടഞ്ഞ ശബ്ദത്തിൽ സങ്കടത്തോടെപറഞ്ഞു തുടങ്ങി

"ഞാൻ ഈ ആശുപത്രിയിൽ വന്നിട്ട് ഒന്നോ രണ്ടോ

വർഷമേ ആയിട്ടുള്ളൂ. ഞാനിവിടെ വന്നപ്പോൾ മുതൽ നിങ്ങളെ നോക്കുക എന്നതായിരുന്നു എന്റെ ജോലി. നിങ്ങളെ എപ്പോഴും ഇരുത്തുക, കിടത്തുക ദേഹത്തിൽ മുറിവ് വരാതെ നോക്കുക, പിന്നെ കൈകാൽ അനക്കി ക്കൊണ്ടിരിക്കുക, ഇതൊക്കെയായിരുന്നു എന്റെ ജോലി. ഒരു നഴ്സ് ചെയ്യേണ്ട ജോലിയായിരുന്നു ഞാൻ ചെയ്തുകൊണ്ടിരുന്നത്. ഈ ആശുപത്രിയിലേക്ക് വരുന്നതുതന്നെ എനിക്ക് ഒട്ടും ഇഷ്ടമല്ലായിരുന്നു. നിങ്ങളോട് എനിക്ക് ദേഷ്യവും ആയിരുന്നു. പക്ഷേ ഇന്നലെ ഞാൻ ഇവിടെ വരുമ്പോൾ കേൾക്കുന്നത് 36 വർഷം കോമയിൽ കിടന്ന എബ്രഹാം ദുഖരിതൻ എന്ന ആൾ ജീവിതത്തിലേയ്ക്ക് തിരിച്ചു വന്നു എന്ന നല്ല വാർത്തയാണ്. എനിക്ക് എന്തായാലും ഒരു പ്രമോഷൻ കിട്ടുമെന്ന് ഞാൻ വിചാരിച്ചു. പിന്നെ, നിങ്ങളെ ബോധത്തോടെ കാണാനുള്ള സന്തോഷവും. ഇന്ന് എന്റെ സങ്കടം നാളെ മാത്രമാണ് നിങ്ങൾ ഈ ലോകത്ത് ജീവിക്കാൻ പോകുന്നത് എന്നതാണ്."

ഇത് കേട്ടപ്പോൾ എനിക്ക് ഒന്നും തന്നെ തോന്നിയില്ല. പക്ഷേ അവിടെനിന്ന എല്ലാവരും കരഞ്ഞു ഞാൻ ഒരു പുഞ്ചിരിയോടെ ചോദിച്ചു

"ഡോക്ടറുടെ പേര് എന്താണ്?"

നിറഞ്ഞ കണ്ണുകളോടെ ഡോക്ടർ പറഞ്ഞു "ടോം."

ഞാൻ അവരോട് പുറത്തുപോകാൻ പറഞ്ഞു. ഡോക്ടറും നഴ്സുമാരും മുറിയുടെ പുറത്തേക്ക് പോയി.

ഞാൻ എന്റെ മുഖം കാണാൻ ഒന്നുകൂടെ ആ സ്ഫടിക ത്തിലേക്ക് നോക്കി. എന്റെ കണ്ണുകൾ നിറഞ്ഞു. എന്റെ സങ്കടം ഞാൻ മരിക്കുന്നതിൽ അല്ല, ഈ മനോഹര മുഖം എനിക്ക് കിട്ടില്ല എന്ന് ഓർത്തിട്ടാണ്.

രാവിലെ ഞാൻ എഴുന്നേറ്റപ്പോൾ നന്നായി താമസിച്ചു, കാരണം, എന്നെ എന്നും രാവിലെ വന്നു വിളിക്കുന്നത് ടോം ഡോക്ടറായിരുന്നു. ഞാൻ നഴ്സിനോട് ചോദിച്ചു

"ഡോക്ടർ ടോം ഇന്ന് വന്നില്ല അല്ലേ?"

നേഴ്സ് സങ്കടത്തോടെ തലയാട്ടി.

കുറച്ചുനേരം കഴിഞ്ഞു ഒരു ബൂട്ട് ചവിട്ടുന്നത് പോലെയുള്ള ശബ്ദം. സാധാരണ ആരും ഈ ആശുപത്രിയിൽ ബൂട്ട് ഇട്ടുകൊണ്ട് വരാറില്ല. ആ ശബ്ദം എന്നെ തേടിയാണ് വന്നത്. ആറടിപ്പൊ

ക്കം, അതിനൊത്ത ശരീരം. അയാളുടെ പേര് ഡേവിഡ് സ്റ്റാലിൻ. എന്നോട് ഇന്നലെ ഡോക്ടർ പറഞ്ഞിരുന്നു, ഒരാൾ വരുമെന്ന്.

ഡേവിഡ് പറഞ്ഞു.

"ഞാൻ ആരാണെന്ന് മനസ്സിലായില്ല എന്നെനിക്കറിയാം. ഞാൻ ഡേവിഡ് സ്റ്റാലിൻ. 36 വർഷം കോമയിൽ കിടന്നപ്പോൾ നിങ്ങളുടെ എല്ലാ ചിലവുകളും വഹിച്ചത് ഞാനാണ്."

ഞാൻ വിചാരിച്ചത്, അയാൾ ആ പണം തിരിച്ചു ചോദിക്കാൻ വന്നതാണ് എന്നാണ്. എന്നാൽ അയാൾ തുടർന്നു

“നിങ്ങൾക്ക് ഞാനൊരു പുസ്തകം തരാം. ആ പുസ്തകം വായിച്ചു കഴിയുമ്പോൾ നിങ്ങൾക്കു മനസ്സിലാകും ഞാൻ ആരാണെന്ന്, അല്ല, നിങ്ങൾ ആരാണെന്ന്."

അയാൾ ഒരു പുസ്തകം എനിക്ക് നേരെ നീട്ടി. ഞാനത് വാങ്ങി.

‘ഏതോ പൊട്ടൻ തന്ന പുസ്തകം’ എന്ന് മനസ്സിൽ പറഞ്ഞു കൊണ്ട് ഞാൻ ആ പുസ്തകം മാറ്റിവെച്ചു.

അധ്യായം 2

മരണം

രാത്രിയിൽ എന്നെ ഒരു പ്രത്യേക മുറിയിലേക്ക് മാറ്റി. കുറെ ഡോക്ടർമാർ വന്നു, കൂടെ ടോം ഡോക്ടറും. സമയം കഴിയുന്തോറും ഡോക്ടർമാരുടെ എണ്ണം കൂടുന്നതുപോലെ എനിക്ക് തോന്നി. അത് സത്യമായിരുന്നു. പിന്നെയും ഞാൻ എണ്ണാൻ തുടങ്ങി എപ്പോഴോ ഞാൻ ഉറങ്ങി. സ്വപ്നമാണോ സത്യമാണോ എന്നെനിക്കറിയില്ല, ശരീരം നന്നായി ചൂടാകുന്ന പോലെ, ശരീരത്തിലെ ചുളിവുകൾ വലിഞ്ഞു മാറുന്ന പോലെ, പിന്നെപ്പോഴോ ഉച്ചത്തിൽ കരഞ്ഞ പോലെ, ചുറ്റും ആരൊക്കെയോ ഓടുന്ന പോലെ, ശബ്ദം ഉണ്ടാക്കുന്ന പോലെ, പതിയെ, പതിയെ, എല്ലാം നിശബ്ദം. ശൂന്യം! ഞാൻ സർവ്വശക്തിയും എടുത്ത് കണ്ണുകൾ തുറന്നു. ചുറ്റും വെളുത്തലോകം! ഒരാൾ എന്റെ മുന്നിൽ സൗന്ദര്യ ദേവനെ പോലെ ഒരാൾ! അയാൾ എന്നെ എഴുന്നേൽപ്പിച്ചു. ഒരു വെളുത്ത കുതിരയ്ക്ക് നേരെ ചൂണ്ടിക്കൊണ്ട് പറഞ്ഞു

"നിങ്ങൾ ആ കുതിരയുടെ മുകളിൽ കയറുക."

ഞാൻ തിരിഞ്ഞു നോക്കി. വെളുത്ത ലോകം! ഞാൻ ആ കുതിരയ്ക്ക് നേരെ നടന്നു. കുതിരയുടെ മുകളിൽ കയറി. അദ്ദേഹവും കയറി. കുതിര എന്നെയും കൊണ്ട് എങ്ങോട്ടോ പോയി. കുതിരയുടെ മുകളിൽ നിന്ന് ഞാൻ താഴെ വീണു. എഴുന്നേൽക്കാൻ ശ്രമിച്ചു, തല ഉയർത്തി നോക്കി. ഒരു സിംഹാസനത്തിൽ അതേ ദൈവം (നിങ്ങളുടെ ദൈവങ്ങളുടെ പേര് പൂരിപ്പിക്കുക) അദ്ദേഹം പറഞ്ഞു തുടങ്ങി.

"നിന്റെ പേര് എബ്രഹാം. നീ വലിയ തെറ്റുകാരനാണ്. നിനക്ക് മരണമല്ല ശിക്ഷ! തുടരുന്ന ജീവിതമാണ് നിനക്കുള്ള ശിക്ഷ! "

അധ്യായം 3

തിരിച്ച് തന്ന ജീവിതം

എന്റെ കണ്ണുകൾ അടഞ്ഞുപോയി. പിന്നെയും ഞാൻ സർവ്വ ശക്തിയുമെടുത്ത് കണ്ണുകൾ തുറന്നു. ഡോക്ടർമാർ എല്ലാവരും ഒന്നിച്ച് ശ്വാസം വിട്ടു. എനിക്ക് ഇപ്പോഴും ഒന്നും മനസ്സിലായിട്ടില്ല. ഞാൻ ഡോക്ടർമാരോട് ചോദിച്ചു

"എനിക്കിപ്പോൾ എന്താണ് സംഭവിച്ചത്?"

ആരും ഒന്നും പറഞ്ഞില്ല. അവർ എനിക്ക് ഒരു ഇഞ്ചക്ഷൻ കൂടി നൽകി. ഞാൻ ഉറങ്ങിപ്പോയി. പിറ്റേന്ന് രാവിലെ ഞാൻ എഴുന്നേൽക്കുമെന്ന് ഒരു പ്രതീക്ഷയും ഇല്ലായിരുന്നു. എന്നാൽ ഞാൻ എഴുന്നേറ്റു. പതിവില്ലാതെ, സോറി, ഈ രണ്ടുദിവസത്തിൽ ഇതുവരെ ഒരിക്കലും ഒരു കാര്യവും ചെയ്യാൻ ആരും എന്നോട് പറഞ്ഞിട്ടില്ല. പക്ഷേ, ഇന്ന് ഡോക്ടർ എന്നോട് ഒരു കാര്യം ചെയ്യാൻ പറഞ്ഞു. എനിക്ക് വേണ്ടി 10B യിൽ ഒന്നു പോകണം! ഞാൻ ചോദിച്ചു

"എനിക്ക് നടക്കാൻ പറ്റുമോ?"

ഡോക്ടർ പുഞ്ചിരിച്ചു. എനിക്ക് ഒരു പുസ്തകവും നൽകി. ഡോക്ടർ പറഞ്ഞു, "ഇത് എന്റെ ഒരു സമ്മാനമാണ്"

ഡോക്ടർ നടന്നുപോയി. "ഇതിന്റെ ഇത്"എന്ന പുസ്തകമാണ് ഡോക്ടർ എനിക്ക് നൽകിയത്. ആ പുസ്തകം എഴുതിയ ആളെ ഞാൻ ശ്രദ്ധിച്ചു. അത് പ്രീസ്മിൻ എന്നയാളാണ്.

"പ്രീസ്മിൻ, പ്രീസ്മിൻ, പ്രീസ്മിൻ"

ഞാൻ ആ പേര് പറഞ്ഞുകൊണ്ടേയിരുന്നു. എനിക്ക് ആ പേര് വളരെ പരിചയമുള്ളതായി തോന്നി. പ്രീസ്മിൻ, ഒരു രണ്ടാമനും കൂടി അദ്ദേഹത്തോടൊപ്പം ഉള്ളതായി എനിക്ക് തോന്നി.

"ആരാണ് ആ രണ്ടാമൻ?"
ഞാൻ എന്നോട് തന്നെ ചോദിച്ചുകൊണ്ടിരുന്നു.

അധ്യായം 4

ആരാണ് പ്രീസ്മിൻ

ചരിത്രത്തിന്റെ സത്യവും കള്ളവും ഒരുപോലെ കീറി മുറിച്ച് സത്യത്തിലെ കള്ളവും കള്ളത്തിലെ സത്യവും മനസ്സിലാക്കിയെടുക്കുന്ന ഒരു ചരിത്രകാരനാണ് അയാൾ! സത്യവും കള്ളവും ചേർന്ന് ചരിത്രം പറയുന്നവൻ അല്ലായിരുന്നു അദ്ദേഹം. സത്യവും സത്യവും ചേർത്ത് ചരിത്രം പറയുന്നവനാണ് പ്രീസ്മിൻ. പക്ഷേ, ഒരു അധോലോക രാജാവായിരുന്നു അദ്ദേഹം. അദ്ദേഹത്തിന്റെ വായനക്കാർ അദ്ദേഹത്തെ വിശേഷിപ്പിച്ചത് 'അധോലോകത്തിലെ എഴുത്തുകാരൻ' എന്നായിരുന്നു.

എന്റെ ചിന്തകൾ പോയത് രണ്ടാമൻ ആര് എന്നായിരുന്നു. ഉത്തരം ഇതിൽ തന്നെയുണ്ട്. ഒരു പുസ്തകം മാത്രമാണ് അദ്ദേഹം ഒറ്റയ്ക്ക് എഴുതിയത്. ബാക്കി 130 പുസ്തകങ്ങളും എഴുതിയത് എബ്രഹാം സ്റ്റാലിൻ എന്ന ആളുമായിട്ടാണ്. അയാൾ പ്രീസ്മിനേക്കാൾ വലിയ ഒരു അധോലോക ചക്രവർത്തി ആയിരുന്നു.

ഇതെല്ലാം ഞാൻ ഓരോരോ പുസ്തകങ്ങൾ വായിച്ചപ്പോൾ കിട്ടിയ കാര്യങ്ങളാണ്. ഈ ചുരുങ്ങിയ സമയം കൊണ്ട് ഞാൻ വായിച്ചെടുത്ത കാര്യങ്ങളാണ് ഇത്. ഇന്ന് എനിക്ക് ബോധം വന്നിട്ട് ആറ് ദിവസമായിരിക്കുന്നു, ആദ്യത്തെ മൂന്ന് ദിവസം പോലെയല്ല, ഈ കടന്നുപോയ മൂന്നുദിവസം. ഞാൻ നടക്കാൻ പഠിച്ചു, ഓടാൻ പഠിച്ചു, എന്തിന്, ഞാൻ ചാടാൻ വരെ പഠിച്ചു.

അധ്യായം 5

സത്യത്തിലേക്കുള്ള ഓട്ടം (തുടക്കം)

ഡോക്ടർ തന്ന "ഇതിന്റെ ഇത്" എന്ന പുസ്തകവും പ്രീസ്മിനും എബ്രഹാം സ്റ്റാലിനും ചേർന്ന് എഴുതിയതാണ്. അപ്പോഴാണ് എനിക്ക് ഡേവിഡ് സ്റ്റാലിനെ പറ്റി ഓർമ്മ വന്നത്. അയാൾ തന്ന പുസ്തകം ഞാൻ തിരയാൻ തുടങ്ങി. എന്റെ മുറിയിലെ ഒരു അലമാരയിൽ നിന്ന് എനിക്ക് വീണ്ടും ആ പുസ്തകം ലഭിച്ചു. ആ പുസ്തകത്തിന്റെ പേര് എന്നെ ഞെട്ടിച്ചു

"എബ്രഹാം സ്റ്റാലിൻ"

അത് എഴുതിയതോ പ്രീസ്മിൻ!

അദ്ദേഹം ഒറ്റയ്ക്ക് എഴുതിയ ഒരേയൊരു പുസ്തകം!

അധ്യായം 6

സത്യത്തിലേക്കുള്ള ഓട്ടം (മധ്യം)

ആ പുസ്തകം ഞാൻ വായിച്ചു തുടങ്ങി. ആ പുസ്തകം എഴുതിയത് പ്രീസ്മിൻ ഒറ്റയ്ക്കാണ്. ആദ്യമൊക്കെ ഞാൻ വലിയ കാര്യമാക്കിയില്ല. പക്ഷേ ഓരോ പേജും കഴിയുംതോറും ആകാംക്ഷ കൂടിക്കൂടിവന്നു. ഡോക്ടർ എന്റെ മാറ്റങ്ങൾ മനസ്സിലാക്കിത്തുടങ്ങി. എപ്പോഴും ചിരിച്ചു കളിച്ചും ഇരുന്ന ഞാൻ ഇപ്പോൾ നന്നായി മാറി. ഇപ്പോൾ ഞാൻ ഒരു പുസ്തകവും കയ്യിൽ വച്ച് ഇരിക്കും. മുറിയുടെ പുറത്തേക്ക് പോകാതെയായി. എന്നെ നഴ്സുമാർ ബുദ്ധിജീവി എന്ന് വിളിച്ചു. എങ്ങനെയോ ഞാനാ പുസ്തകം വായിച്ചുതീർത്തു.

എന്റെ മാനസികാവസ്ഥ എന്താണ് എന്ന് എനിക്ക് പറയാൻ പറ്റില്ല. ദേഷ്യവും സങ്കടവും തോന്നി. ഞാൻ മനസ്സിലാക്കി, എന്റെ പേര് എബ്രഹാം സ്റ്റാലിൻ എന്നാണ്. ഇത് ഞാൻ ഡോക്ടറോട് പറഞ്ഞ് മനസ്സിലാക്കാൻ നോക്കി. പക്ഷേ ഡോക്ടർ വിചാരിച്ചത് എനിക്ക് വട്ടാണ് എന്നാണ്.

അധ്യായം 7

സത്യത്തിലേക്കുള്ള ഓട്ടം (അവസാനം)

സത്യത്തിലേക്കുള്ള ഓട്ടം പൂർത്തിയായി എന്ന് എനിക്ക് മനസ്സിലായി. ഞാൻ, ഇനി നിങ്ങളോട് എന്റെ കഥ പറയാം എന്ന് ഞാൻ വിചാരിച്ചു. പതിമൂന്നാം ദിവസം രാവിലെ എന്നെ ഒരാൾ എങ്ങോട്ടോ കൊണ്ടുപോയി. എനിക്ക് ഒന്നും മനസ്സിലാകുന്നില്ല. എന്നെ ഒരു കെട്ടിടത്തിലേക്കാണ് കൊണ്ടുപോയത്. എന്റെ മുന്നിൽ ഒരു കോടതി. അവിടെ ഒരു ജഡ്ജിയും വക്കീലും പോലീസുകാരും ഒക്കെ ഉണ്ടായിരുന്നു. പെട്ടെന്ന് അത് സംഭവിച്ചു. ഉറക്കത്തിൽ നിന്ന് ഞാൻ ഞെട്ടി എഴുന്നേറ്റു. ഞാൻ വല്ലാതെ അസ്വസ്ഥനായി. എന്തൊക്കെയോ നിഗൂഢതകൾ അവിടെയുള്ളതായി എനിക്ക് തോന്നി.

അധ്യായം 8

തെറ്റിൽനിന്നുള്ള മോചനം

ആശുപത്രി ഒട്ടും സുരക്ഷിതമല്ല എന്ന് എനിക്ക് തോന്നിത്തുടങ്ങി. ഞാൻ താമസിപ്പിച്ചില്ല, ആശുപത്രിയിൽ നിന്ന് ചാടാൻ തന്നെ ഞാൻ തീരുമാനിച്ചു. എനിക്ക് ആരും തന്നെ കൂട്ടില്ലായിരുന്നു. അതുകൊണ്ട് ഞാൻ തന്നെ ഒരു പദ്ധതി തയ്യാറാക്കി. അങ്ങനെ ആ ദിവസം വന്നെത്തി. മഴയുടെ സഹായവും ലഭിച്ചു. ഞാൻ എങ്ങനെയോ ആശുപത്രിയുടെ കൂറ്റൻ മതിലിനു മുകളിൽ എത്തി. താഴേക്ക് ചാടി, ഭാഗ്യവും സഹായിച്ചു. എനിക്ക് ഒന്നും തന്നെ സംഭവിച്ചില്ല. ഇനി എന്റെ മുന്നിലുള്ളത് രണ്ട് ചോദ്യങ്ങൾ മാത്രം.

ഒന്നാമത്തെ ചോദ്യം: എവിടെ കിടക്കും?

രണ്ടാമത്തെ ചോദ്യം: ഭക്ഷണം ?

ഇതെല്ലാം ചിന്തിച്ച് ഞാൻ മതിലിന് താഴെ തന്നെ നിന്നു. പെട്ടെന്ന് എന്റെ മനസ്സിലേയ്ക്ക് ഒരു ചിന്ത കടന്നു വന്നു. എന്തായാലും ഇവിടെനിന്ന് മാറിനിൽക്കാം. ഞാൻ ഒട്ടും പ്രതീക്ഷിച്ചില്ല, പെട്ടെന്ന്, കുറെ ആളുകൾ എന്നെ എങ്ങോട്ടോ പിടിച്ചു കൊണ്ടുപോയി. അവരുടെ വണ്ടികളുടെ പരപര ശബ്ദം എനിക്ക് അരോചകമായി തോന്നി. അവർ എന്നെ കൊണ്ടുപോയത് ഡേവിഡ് സ്റ്റാലിന്റെ അടുത്തേക്കാണ്. അത് എനിക്ക് നേരത്തെ തന്നെ മനസ്സിലായിരുന്നു. എന്റെ താമസത്തിനും ഭക്ഷണത്തിനും ഉത്തരം ലഭിച്ചു. എനിക്ക് ഉറപ്പാണ്, ഇനിയും ഡേവിഡ് എന്നെ ആശുപത്രിയിലേക്ക് കൊണ്ടുപോകില്ല എന്ന്. അതെല്ലാം എനിക്ക് പറഞ്ഞു തന്നത് ആ പുസ്തകമാണ്.

അധ്യായം 9

പുസ്തകത്തിലെകഥ
(ജനനം)

പ്രീസ്മിന്റെ "എബ്രഹാം സ്റ്റാലിൻ" എന്ന ആ പുസ്തകം തുടങ്ങുന്നത് ഇങ്ങനെ.

ജനനം എവിടെയായിരുന്നു എന്ന് എബ്രഹാമിനു തന്നെ അറിയില്ല. പക്ഷേ എനിക്ക് അവനെപ്പറ്റി അറിയുന്ന കുറച്ചു കാര്യങ്ങളുണ്ട്; കേട്ടതും കണ്ടതും ഒക്കെയാണിത്. ബ്രിട്ടണിൽ നിന്ന് അമേരിക്കയ്ക്കു വന്ന ഒരു കുടുംബത്തിലെ അംഗമാണ് എബ്രഹാം. അവന്റെ അച്ഛനും അമ്മയും അമേരിക്കക്കുവേണ്ടി ജീവൻ നൽകി. എന്നിട്ടും, ആ കുടുംബത്തെ എല്ലാവരും തീവ്രവാദികൾ എന്ന് വിളിച്ചു! അതിന്റെ പേരിൽ എബ്രഹാമിന്റെ കുടുംബത്തിലെ കുറെ പേരെ അവർ കൊന്നുകളഞ്ഞു! എബ്രഹാമിന് അന്ന് അഞ്ച് മാസമായിരുന്നു പ്രായം. അവനെ നോക്കിയിരുന്നത് അപ്പൂപ്പൻ ഏഡൻ പ്രിയസും അമ്മൂമ്മയായ റോണി പ്രിയസും ആയിരുന്നു. അവസാനം അപ്പൂപ്പന് വെടിയേറ്റു. അപ്പൂപ്പൻ മരിക്കുമെന്ന് ഉറപ്പായി. അമ്മൂമ്മയെ പട്ടാളക്കാർ പിടിച്ചു എന്ന് മനസ്സിലാക്കിയ അപ്പൂപ്പൻ എബ്രഹാമിനെ ഒരു തോണിയിൽ ഒഴുക്കി വിട്ടു. അവനെ റീണിയൻ സ്റ്റാലിൻ എന്നയാൾ എടുത്തു വളർത്തി, ആദ്യമൊക്കെ അവനെ വലിയ കാര്യമായിരുന്നു എങ്കിലും അവൻ വലുതായപ്പോൾ അവനെപ്പോലെ കുറെ കുട്ടികൾ അവിടെ വളരാൻ തുടങ്ങി. അത് ഒരു ഓർഫനേജ് ആയിരുന്നു. അപ്പോഴാണ് റീണിയൻ, അവന് ഒരു പേര് വേണമെന്ന കാര്യം ഓർത്തത്. അവന് റീണിയൻ ഒരു പേരിട്ടു, എബ്രഹാം സ്റ്റാലിൻ.

അധ്യായം 10

പുസ്തകത്തിലെ കഥ

അവനു മൂന്നു വയസ്സു തികഞ്ഞു. പിന്നീടയാൾ അവനെ പണിയെടുക്കാൻ അയച്ചു തുടങ്ങി.

ആരാണ്? റീണിയൻ.

എന്തിന് ? പണത്തിന്.

റീണിയന്റെ വീട്ടിലെ ഒരു പശുത്തൊഴുത്തായിരുന്നു ഓർഫനേജ്. ഓർമ്മവച്ച കാലം മുതൽ എപ്പോഴും റീണിയൻ ഒരു കാര്യവുമില്ലാതെ അവനെ തല്ലാറുണ്ട്.

അവന് 10 വയസ്സായപ്പോൾ ഒരാൾ കൂടി അവിടെ എത്തി. എബ്രഹാമിനെ വളർത്തിയ പോലെ റീണിയൻ അവനെയും വളർത്തി. മൂന്നു വയസ്സായപ്പോൾ അവനെയും പശുത്തൊഴുത്തിലേക്ക് മാറ്റി. അവന്റെ പേര് ഡേവിഡ് സ്റ്റാലിൻ എന്നിട്ടു.

കുട്ടികൾക്ക് കിടക്കാൻ കുറെ ചകിരി കെട്ടുകൾ ഉണ്ട്. ഡേവിഡിന്റെയും എബ്രഹാമിന്റെയും കട്ടിൽ (ചകിരിക്കെട്ട്) അടുത്തടുത്തായിരുന്നു. കുട്ടിക്കാലത്തുതന്നെ ജോലിയും കഷ്ടപ്പാടും പട്ടിണിയുമായി അവർ കഴിച്ചുകൂട്ടി.

ഒരിക്കൽ അവർ വീട്ടിൽ റീണിയന്റെ വീട്ടിൽ കയറാൻ ശ്രമിച്ചു. അതിന് റീണിയന്റെ കയ്യിൽ നിന്ന് പൊതിരെ തല്ലുകിട്ടി.

എബ്രഹാമിന് ഈ ജീവിതം മടുത്തു തുടങ്ങി. ഡേവിഡിന് അത്രയും മടുപ്പില്ല; അവൻ വന്നിട്ട് അധികകാലം ഒന്നുമായില്ലല്ലോ, അതായിരിക്കാം.

മുകളിൽ ഒരു മുറിയുണ്ട്. മുകളിലേക്കുള്ള കോണിപ്പടിയിൽ കുറെ ചകിരിക്കെട്ടുകൾ. ഒരിക്കൽ അവർ രണ്ടുപേരും കൂടി ചകിരിക്കെട്ടിന് മുകളിലൂടെ കയറി മുകളിൽ എത്തിയിരുന്നു. ഇത്തവണ ആ മുറിയിലേക്ക് അവർ ഓടിക്കയറി.

ഒരു തോക്ക്!

മുറിയുടെ മൂലയിൽ ഒരു തോക്ക് ഇരിക്കുന്നു. അപ്പോൾ ആ പതിനഞ്ചുകാരൻ ഒരു കൗതുകത്തിന്റെ പുറത്ത് തോക്ക് കയ്യിലെടുത്ത് നോക്കി. തിരിച്ചും മറിച്ചും പരിശോധിച്ചു

"ഠോ!!! ” വെടി പൊട്ടി. രണ്ടുപേർക്കും അനങ്ങാൻ പോലും കഴിഞ്ഞില്ല കുറെ നേരത്തേയ്ക്ക്!

താൻ ഒരു തോക്ക് എടുത്തു വെടിവെച്ചു എന്ന് എബ്രഹാമിന് വിശ്വസിക്കാനായില്ല... അവനെ അലട്ടിയത് മറ്റൊരു ചിന്തയായിരുന്നു, റീണിയന്റെ തല്ലും വഴക്കും അതെങ്ങനെ സഹിക്കും? അയാൾ ഞങ്ങളെ കൊല്ലാതെ കൊല്ലും, ഉറപ്പ്. ആ ഓർഫനേജിന് പുറത്ത് വിശാലമായ ഒരു ലോകമുണ്ടെന്ന് അവൻ അറിഞ്ഞതേയില്ല. എന്നിട്ടും ഓർഫനേജിൽ നിന്ന് രക്ഷപ്പെടാൻ അവൻ പദ്ധതിയിട്ടു. അതല്ലാതെ അവരുടെ മുന്നിൽ വേറെ വഴിയില്ലായിരുന്നു. ഇതിനു മുൻപ് പലതവണ ശ്രമിച്ചിട്ടും നടക്കാതെ പോയ കാര്യം; ഇത്തവണ അത് നടത്തണം. ചിലപ്പോൾ റീണിയനോടുള്ള പേടിയാകാം, അല്ലെങ്കിൽ പുതിയൊരു ജീവിതം സ്വപ്നം കണ്ടിട്ടാവാം, എന്തായാലും ഇത്തവണ അവർ ആത്മാർത്ഥമായി ശ്രമിച്ചു. കാര്യം നടന്നു.

പെട്ടെന്ന് വീടിനു പുറത്തുനിന്ന് ആരുടെയോ ശബ്ദം കേട്ടു. എന്റെ വായന മുറിഞ്ഞു. എബ്രഹാം സ്റ്റാലിൻ എന്ന പുസ്തകത്താളുകൾ മടക്കിവെച്ച് ഞാൻ പുറത്തേക്കിറങ്ങി. ഞാൻ താമസിക്കുന്ന വീടിനു ചുറ്റും കുറെ കാവൽക്കാർ! അവർക്ക് വേണ്ട നിർദേശം നൽകുന്ന ഡേവിഡ്. ഞാൻ അങ്ങോട്ട് എന്തെങ്കിലും പറയുന്നതിനു മുൻപേതന്നെ അവൻ ആജ്ഞാപിച്ചു

"ഇത് നിന്റെ സുരക്ഷയ്ക്ക് വേണ്ടിയാണ്, ഇവരുടെ അനുവാദമില്ലാതെ പുറത്തു പോകരുത്."

ഇത് പറഞ്ഞിട്ട് ഡേവിഡ് കാറിൽ കയറിപ്പോയി, ഞാൻ അകത്തേക്കും.

അധ്യായം 11

ജയിലിൽ നിന്നുള്ള രക്ഷപ്പെടൽ

എനിക്ക് എന്നെക്കുറിച്ച് അറിയാനുള്ള കൗതുകത്തേക്കാൾ എന്നെ അലട്ടിയത് അവിടുത്തെ ജീവിതമാണ്. ഈ വീട്ടിൽ നിന്നും എങ്ങനെയെങ്കിലും രക്ഷപ്പെടണം എന്നതായിരുന്നു പിന്നീട് എന്റെ ചിന്ത. എന്നുള്ളിലെ ആ പഴയ പതിനഞ്ചുകാരൻ എബ്രഹാം സ്റ്റാലിൻ ഉണർന്നു! ഓർഫനേജിൽനിന്ന് രക്ഷപ്പെട്ട പോലെ, ഇവിടെനിന്നും രക്ഷപ്പെടാനുള്ള വഴിയും ആ എബ്രഹാം സ്റ്റാലിൻ തന്നെ എനിക്ക് കാട്ടിത്തന്നു. ചിമ്മിനിയിലൂടെ കയറി പുറത്തിറങ്ങിയപ്പോഴാണ് ഞാൻ ചിന്തിച്ചത്, പിന്നെയും ആ ചോദ്യങ്ങൾ എന്റെ മനസ്സിലേക്ക് കടന്നുവന്നു

ഭക്ഷണം ?

താമസം?

ജോലി?

എന്തായാലും ഇനി ഒരു മടക്കയാത്രയില്ല. ഞാൻ ആ വീട്ടിൽ നിന്ന് രക്ഷപ്പെട്ടു. എന്റെ കൂടെ ആ പുസ്തകവും കുറച്ച് മുഷിഞ്ഞ വസ്ത്രങ്ങളും മാത്രം! ഞാൻ ചിന്തിച്ചു നിൽക്കാതെ നടക്കാൻ തുടങ്ങി. എക്രലാൻഡ് മാർക്കറ്റിലേക്കാണ് എന്റെ യാത്ര. ഏതെങ്കിലും കടത്തിണ്ണയിൽ കിടക്കാം എന്നാണ് ഇപ്പോഴത്തെ തീരുമാനം. തീരുമാനം മാറുമോ എന്ന് അറിയില്ല. ഞാൻ ഒരു അടഞ്ഞ കട തിരയാൻ തുടങ്ങി. എല്ലാ കടയും സജീവം! തീരുമാനം മാറി, സജീവമല്ലാത്ത ഒരു ബെഞ്ചിൽ കഴിച്ചുകൂട്ടാം എന്നായി. അതും പരാജയം! സജീവമല്ലാത്ത ഒരു ബഞ്ചും ഞാൻ കണ്ടില്ല. തീരുമാനം വീണ്ടും മാറി. ഇനിയെന്ത് ?

ഉത്തരം ലഭിക്കാൻ അധിക നേരമൊന്നും എടുത്തില്ല. ഒരു കടക്കാരനോട് സഹായം ചോദിക്കാനുള്ള ധൈര്യം എവിടുന്നോ

എനിക്ക് കിട്ടി.

"സഹായിക്കാം." അയാൾ മറുപടി പറഞ്ഞു.

അയാളുടെ കടയുടെ ഒരു ഭാഗത്ത് എനിക്ക് അഭയം നൽകി. ആ ഇരുട്ടിന്റെ അറയിലേക്ക് ഞാൻ നടന്നു ചെന്നു. ഉറക്കത്തിലേക്ക് ഞാനറിയാതെ വഴുതി വീണു. പിറ്റേന്ന് രാവിലെ എന്റെ യാത്ര തുടരാൻ ഞാൻ തീരുമാനിച്ചു. ലക്ഷ്യം മാത്രം ഇല്ല! അയാൾ അവിടെ നിൽക്കാൻ എന്നെ നിർബന്ധിച്ചു. പക്ഷേ അത് എനിക്ക് ഇഷ്ടമല്ലായിരുന്നു. ഞാൻ അവിടെ നിന്നും ഇറങ്ങി നടന്നു. അന്ന് രാത്രി ഒരു കടയുടെ മുന്നിൽ കിടന്നുറങ്ങാൻ ഞാൻ തീരുമാനിച്ചു.

എന്റെ ബാക്കി കഥ ഞാൻ പറഞ്ഞില്ലല്ലോ? ശരി, ഞാൻ എന്റെ കഥ തുടരാം.

അധ്യായം 12

പുസ്തകത്തിലെ കഥ (തുടർച്ച)

"എബ്രഹാമിനാണ് എന്റെ ഉത്തരവാദിത്വം. അവൻ എന്നെയും കൊണ്ട് ചാർലി. പി. വർക്സ് എന്ന പണിശാലയിലേക്ക് പോയി. ജോലിയും താമസിക്കാൻ ഒരിടവും ചാർലി ഞങ്ങൾക്ക് നൽകി. തടിപ്പണിയിൽ മാസങ്ങൾ കൊണ്ടുതന്നെ എബ്രഹാം വിദഗ്ധനായി മാറി. ചാർലി ഞങ്ങൾക്ക് കുറച്ചു പണവും നൽകി, ഓറഞ്ച് സ്ട്രീറ്റ് എന്ന ഇപ്പോഴത്തെ വാഷിംഗ്ടൺ സ്ട്രീറ്റിൽ കൊണ്ടാക്കി. ചാർലിയുടെ കൂട്ടുകാരനായ ഓപിയ തോമസിന്റെ ഓപിയ വാച്ചസ് എന്ന വാച്ച് റിപ്പയറിങ് കടയിലാണ് ഞങ്ങളുടെ താമസവും ജോലിയും. ആദ്യത്തെ ഒന്നു രണ്ടുമാസം ശമ്പളം ഒക്കെ കൃത്യമായി നൽകി. പിന്നെ ജോലിയുടെ കാഠിന്യം കൂടി വരാനും ശമ്പളം കൃത്യമായി നൽകാതെയും, പിന്നീട് ശമ്പളം നൽകാതെ ആയതും പെട്ടെന്നായിരുന്നു. ചാർലിയ്ക്ക് ഞങ്ങൾ മക്കളെ പോലെ ആയിരുന്നു. പിന്നെ എന്തിനാണ് ഞങ്ങളെ ഇവിടേക്ക് കൊണ്ടുവന്നത് എന്ന ചോദ്യം എബ്രഹാമിന്റെ മനസ്സിൽ അലയടിക്കാൻ തുടങ്ങി".

"ചാർലിയുടെ പണിശാലയിൽ നിന്ന് ഓപിയ വാച്ചസിലേക്ക് വരുമ്പോൾ എനിക്ക് വയസ്സ് ഏഴും എബ്രഹാമിന് പതിനേഴും. ഈ സമയത്തും ഞാൻ ജോലി ചെയ്യാൻ തുടങ്ങിയിരുന്നില്ല. എന്നെ സംബന്ധിച്ചിടത്തോളം കൃത്യമായി ഭക്ഷണം ലഭിച്ചതിനാൽ എബ്രഹാമിന്റെ പ്രശ്നങ്ങൾ പറയുമ്പോൾ അത് മനസ്സിലാക്കാൻ കഴിയുന്നേയില്ലായിരുന്നു. പിന്നീടാണ് ഞാൻ എബ്രഹാം അനുഭവിച്ച കഷ്ടതകൾ മനസ്സിലാക്കുന്നത്. അതുകൊണ്ടുതന്നെ അവന്റെ മനസ്സിലുള്ള ചോദ്യങ്ങൾ ഒന്നും എന്റെ

മനസ്സിൽ ഉണ്ടായിരുന്നില്ല. അവന്റെ അന്വേഷണത്തിനൊടുവിൽ ആ സത്യം അവൻ മനസ്സിലാക്കി, ചാർലി ഞങ്ങളെ ഇവർക്ക് വിറ്റതാണ്. ഈ സമയത്ത് തന്നെ ഭക്ഷണത്തിന്റെ അളവും രുചിയും കുറയാൻ തുടങ്ങി. എനിക്കും അവിടെ മോശമാകാൻ തുടങ്ങി."

അധ്യായം 13

പുസ്തകത്തിലെ കഥ (വീണ്ടുമൊരു ജയിൽചാട്ടം)

"അവിടെ നിന്നും ചാടാൻ അല്ലാതെ മറ്റൊരു വഴിയും ഞങ്ങൾക്കില്ലായിരുന്നു. അന്ന് രാത്രി തന്നെ ഞങ്ങൾ അവിടെ നിന്ന് സ്വാതന്ത്ര്യം നേടി. എന്നുവച്ചാൽ, അവിടെനിന്ന് ഓടിപ്പോയി എന്നർത്ഥം."

ഇത്രയും ആണ് ഡേവിഡ് എനിക്ക് പറഞ്ഞു തന്നത്; പ്രീസ്മിൻ എന്റെ കഥ തുടരുകയാണ്.

ഡേവിഡ് പറഞ്ഞു കൊടുത്ത കാര്യങ്ങൾ വച്ചാണ് പ്രീസ്മിൻ എന്നെക്കുറിച്ചെഴുതിയത് എന്ന് എനിക്ക് മനസ്സിലായി.

ഞാൻ വായന തുടർന്നു.

സ്വന്തമായി കാര്യങ്ങൾ അന്വേഷിച്ചു കണ്ടുപിടിക്കാനാണ് ഞാൻ ശ്രമിച്ചത്. തുടർന്ന് എബ്രഹാമിന്റെ കഥ മനസ്സിലാക്കാൻ ഈ അന്വേഷണം സഹായിച്ചു. അന്വേഷണത്തിലൂടെ ഞാൻ കണ്ടുപിടിച്ച കാര്യങ്ങൾ സത്യമാണോ എന്നറിയാൻ വീണ്ടും വീണ്ടും അന്വേഷിച്ചു സത്യമാണെന്ന് ഉറപ്പുവരുത്തി.

ഓപിയ വാച്ചസിൽനിന്ന് ഓടിപ്പോയതിനു ശേഷം അവർ ഓറഞ്ച് സ്ട്രീറ്റിൽ തന്നെയുള്ള ഒരു കട, പ്രിയെറ്റർ ഓപൻ എന്ന ഒരാളുടെ സഹായത്തോടെ, വാടകയ്ക്ക് എടുത്ത് ഒരു വാച്ച് റിപ്പയറിങ് ഷോപ്പ് തുടങ്ങി. പ്രിയെറ്റർ ഓപൻ എന്നത് പ്രീസ്മിൻ ഓപൻ എന്ന ചരിത്രകാരന്റെ അച്ഛനാണ്, അതായത് എന്റെ അച്ഛനാണ്.

അപ്പോഴും എനിക്കും അവനും തമ്മിൽ അറിയില്ലായിരുന്നു. ആ കഷ്ടപ്പാടുകൾക്കിടയിൽ എപ്പോഴോ ആണ് അവൻ എഴുതാൻ തുടങ്ങിയത്. കഷ്ടപ്പെട്ട് പണിയെടുത്താണ് അവൻ

ഡേവിഡിനെ നോക്കിയത്.

പെട്ടെന്നാണ് അത് സംഭവിച്ചത്. എന്ത്?

പ്രിയെറ്ററിന്റെ മരണം!

എന്റെ അച്ഛന്റെ മരണം തുടങ്ങിവച്ചത് ഒരു കുടുംബ തർക്കം ആയിരുന്നു. അതിൽ പെട്ടുപോയത് എബ്രഹാം ആണ്. വീണ്ടും അത് സംഭവിച്ചു!

അധ്യായം 14

പുസ്തകത്തിലെ കഥ (അടുത്ത ഒളിച്ചോട്ടം)

ഇത്തവണ അവർ എത്തിപ്പെട്ടത്, എത്തിയത് അല്ലെങ്കിൽ പെട്ടത്, ഡ്രോമോ ഡി കാപ്രിയോ എന്ന അധോലോക ഗോഡ് ഫാദറിന്റെ അടുത്തേക്കാണ്. വെറും സാധാരണക്കാരനായിരുന്ന എബ്രഹാം എന്ന എബ്രഹാം സ്റ്റാലിൻ അമേരിക്കയെ വിറപ്പിച്ചു. വൃദ്ധനായ കാപ്രിയോ മരണപ്പെട്ടു. അടുത്ത നേതാവായി തെരഞ്ഞെടുത്തത് എബ്രഹാം സ്റ്റാലിനെയാണ്.

അന്ന് മൂന്നു കാര്യങ്ങൾ സംഭവിച്ചു

ഒന്ന്, എബ്രഹാം സ്റ്റാലിൻ എന്ന ഗോഡ് ഫാദർ ഉണ്ടായി.

രണ്ട്, അവന്റെ ആദ്യത്തെ പുസ്തകം, "ഖറിക്ക്" പ്രസിദ്ധീകരിച്ചു.

മൂന്ന്, റീണിയൻ, ഓപിയ തോമസ് എന്നീ രണ്ട് അധ്യായങ്ങൾ അവസാനിച്ചു, അല്ല, അവസാനിപ്പിച്ചു.

ആര്?

ദി വൺ ആന്റ് ഒൺലി എബ്രഹാം സ്റ്റാലിൻ!!!

അധ്യായം 15

പുസ്തകത്തിലെ കഥ (അവസാനം)

എബ്രഹാമിന്റെ അടുത്ത ഇര ചാർലിയാണ് എന്ന വിവരം അറിഞ്ഞതും ഡേവിഡ്, എബ്രഹാമിനെ കാണാൻ പോയി. അവൻ വരാൻ അഞ്ചുമിനിറ്റ് താമസിച്ചിരുന്നുവെങ്കിൽ, അവൻ ചാർലിയെ കൊന്നേനെ!

അവിടെ വെച്ചാണ് ചാർലി അവരെ ഓപിയ തോമസിന് വിറ്റതാണ് എന്ന സത്യം ഡേവിഡ് മനസ്സിലാക്കുന്നത്. എന്തായാലും ഒരു തൊഴിൽ പഠിപ്പിച്ചു തന്ന ഗുരുവായതുകൊണ്ട് അവൻ ചാർലിയെ വെറുതെ വിട്ടു.

മൂന്നുവർഷങ്ങൾക്ക് ശേഷം ഒരു വലിയ യുദ്ധം ഉണ്ടായി; വലിയ രണ്ട് അധോലോക സംഘങ്ങൾ തമ്മിലുള്ള യുദ്ധം!

ഒന്ന് എബ്രഹാം സ്റ്റാലിൻ നയിക്കുന്ന സംഘം.

രണ്ട് പ്രീസ്മിൻ, അതായത് ഞാൻ അംഗമായുള്ള ജോസഫ് തോമസ് നയിക്കുന്ന സംഘം.

ജോസഫിന്റെ സംഘം തോറ്റു. ഞാൻ ഉൾപ്പെടെയുള്ള ജോസഫിന്റെ സംഘത്തെ, എബ്രഹാമിന്റെ സംഘം തടവിൽ വച്ചു. പിന്നീട്, ഞാൻ മരിച്ചുപോയ പ്രിയേറ്റർ ഓപന്റെ മകനാണ് എന്നറിഞ്ഞപ്പോൾ, എന്നെ അവരുടെ സംഘത്തിൽ ചേർത്തു. അന്ന് അവൻ പറഞ്ഞത് ഇന്നും എന്റെ മനസ്സിൽ ഉണ്ട്.

"നിന്നെ എന്റെ സംഘത്തിൽ ചേർത്തത് ഒരു ഗുരുദക്ഷിണ മാത്രമായിട്ടല്ല, നിന്റെ കഴിവും കണ്ടിട്ടാണ്"

പിന്നീട് പണം ഉണ്ടാക്കാൻ കൊന്നും കൊള്ളയടിച്ചും...

"ഇന്ന് ഇതെല്ലാം ആലോചിക്കുമ്പോൾ ഭ്രാന്ത് പിടിക്കുന്നതുപോലെ..."

"പിന്നെ ഒരു കാര്യം കൂടി പറയാം, ഈ പുസ്തകം എഴുതിക്കഴിഞ്ഞാൽ, പിറ്റേദിവസം, കോടതിയുടെ അനുവാദത്തോടെ, ദൈവത്തിന്റെ അടുത്തേക്ക്, തൂക്കുമരത്തിന്റെ സഹായത്തോടെ, ഞാൻ പോകുകയാണ്! ഒന്നാലോചിച്ചാൽ ഇത് എനിക്കുള്ള ശിക്ഷയല്ല, എന്റെ മോക്ഷമാണ്. യാത്രാമൊഴി."

മുഴുവൻ വായിക്കാൻ എനിക്ക് കഴിഞ്ഞില്ല, എന്റെ കണ്ണുകൾ നിറഞ്ഞു.

ആ കടയുടെ ഒരു ഭാഗത്തേക്ക് മാറിനിന്ന് ഞാൻ ഉറക്കെ കരഞ്ഞു.

അധ്യായം 16

പുസ്തകത്തിനപ്പുറമുള്ള കഥ - മരണം

മനസ്സിന് ഇപ്പോൾ ഒരു തണുപ്പ് തോന്നുന്നു. എന്നെ പറ്റിയുള്ള സത്യങ്ങൾ തന്നെയാണ് എന്നെ ഒരു മനുഷ്യനാക്കി, കരയിക്കുന്നത്. ഓർമ്മകൾ മനസ്സിലേക്ക് തിരയിളക്കി കടന്നുവന്നു. പുസ്തകത്തിൽ പറയാത്ത പലതും ഓർമ്മകളായി ഓടിയെത്തി. ചാർലിയുടെ കടയാണ് ഇത്. ഇപ്പോൾ ചാർലിയുടെ മകന്റെ മകന്റെ കട. ഇതെല്ലാം എങ്ങനെ എന്ന് ചോദിച്ചാൽ, അത്ഭുതം! മറ്റൊന്നും പറയാനില്ല. ഡോക്ടർമാരുടെ ഭാഷയിൽ പറഞ്ഞാൽ, "മെഡിക്കൽ മിറാക്കിൾ!! "

ഇതെല്ലാം നിങ്ങളോട് പറയാനാണ് ഞാൻ മരണത്തിൽ നിന്നും ഓടിയെത്തിയത്. ഇനിയുള്ളത് മരണത്തിലേക്കുള്ള യാത്ര!

പക്ഷേ, ഒരു കാര്യം പറയാൻ ബാക്കിയുണ്ട്. ആ കപ്പൽ ഓടിച്ച ഓർമ.

വർഷം ഓർമയില്ല. ദിവസം 16, മാസം ഒക്ടോബർ.

അന്ന് ഒരു വലിയ അധോലോക ഡീലുമായി ബന്ധപ്പെട്ട് ഞാൻ ആഫ്രിക്കയിലേക്ക് പോയി. കപ്പലിലായിരുന്നു യാത്ര. കപ്പൽ വടക്കൻ അറ്റ്ലാന്റിക് സമുദ്രത്തിൽ പ്രവേശിച്ചതും യുഎസ് സൈന്യത്തിന്റെ ഒരു വലിയ ആക്രമണം!

അതൊട്ടും പ്രതീക്ഷിച്ചിരുന്നില്ല. അല്ലെങ്കിലും, അമേരിക്കൻ സൈന്യത്തിന്റെ നീക്കം ആർക്കും മുൻകൂട്ടി അറിയാൻ കഴിയില്ലല്ലോ. അത്രയും ബുദ്ധിയും നിരീക്ഷണവും യുഎസ് സൈന്യത്തിന് ഉണ്ട്. എന്റെ ഭ്രാന്ത് മാറാൻ കാരണമായ, മനുഷ്യനാകാൻ കാരണമായ, കോമയിലേക്ക് വരുന്നതിന് തൊട്ടുമുൻപ്

ഞാൻ മനസ്സിലാക്കുന്ന കാര്യം ആ കപ്പലിന്റെ ക്യാപ്റ്റൻ മരിച്ചു എന്നതാണ്. ആ സമയം കപ്പൽ ആരുടെയും നിയന്ത്രണത്തിൽ ആയിരുന്നില്ല. ഞാൻ എങ്ങനെയോ ക്യാപ്റ്റന്റെ മുറിയിൽ കയറി, കപ്പൽ നിയന്ത്രിക്കാൻ ശ്രമിച്ചു. പക്ഷേ, കാര്യമായി ഒന്നും നടന്നില്ല. ഞാൻ കടലിലേക്ക് ചാടി.

എന്റെ തല ഒരു വലിയ ഐസ് മലയിൽ ഇടിച്ചു. നീന്താൻ പോലും കഴിയാതെ, ഞാൻ അബോധാവസ്ഥയിലേക്ക് പോയി. കൃത്യസമയത്ത് ഡേവിഡിന്റെ ആളുകൾ എന്നെ രക്ഷിച്ചില്ലായിരുന്നുവെങ്കിൽ ഞാൻ മരിക്കുമായിരുന്നു. അതായിരുന്നു നല്ലത്!

എനിക്ക് ഇനി രണ്ട് ആഗ്രഹങ്ങളാണ് ഉള്ളത്; ഒന്ന് എല്ലാ സത്യവും കോടതിയെ അറിയിക്കുക; രണ്ട് മരിക്കുക.

അപ്പോഴാണ് തണുത്തുറഞ്ഞ കടയുടെ ഷട്ടറിൽ രണ്ട് കൊട്ട്!

"എന്റെ ആരാച്ചാർ വന്നു."

ഞാൻ മനസ്സിൽ പറഞ്ഞു. ഞാൻ കോടതിയിൽ എല്ലാ സത്യവും പറഞ്ഞാൽ ഡേവിഡിന് അത് വലിയ നഷ്ടം ഉണ്ടാക്കും. അതുകൊണ്ട് എനിക്ക് വേണ്ടി ഡേവിഡ് ആരാച്ചാരെ കണ്ടുപിടിച്ചിരിക്കുന്നു. മനുഷ്യർക്കല്ലേ ബന്ധങ്ങൾ, കടപ്പാട് ഒക്കെ? ഞാനും ഡേവിഡും ഭ്രാന്ത് പിടിച്ച മൃഗങ്ങൾ അല്ലേ ?സ്നേഹം കിട്ടാത്ത, സ്നേഹമില്ലാത്ത, മൃഗങ്ങൾ!

നീറുന്ന ഓർമ്മകളിൽ എവിടെയോ കുടുങ്ങിക്കിടന്നു ഞാൻ. പെട്ടെന്നാണ് കടയുടെ ഷട്ടർ തകർന്നുവീണ ശബ്ദം ഞാൻ കേട്ടത്.

നിങ്ങൾക്ക് ഒരുപക്ഷേ സങ്കടം തോന്നുന്നുണ്ടാകും. പക്ഷേ ഒന്നു ചിന്തിച്ചാൽ, ഈ ഭ്രാന്തുള്ള ഓർമ്മകൾ പേറി നടക്കുന്നതിനേക്കാൾ നല്ലത് മരണമല്ലേ?

അതെ, അതു തന്നെയാണ് നല്ലത്.

എന്റെ ഒന്നാമത്തെ ആഗ്രഹം നടക്കുകയില്ല എന്ന് എനിക്ക് മനസ്സിലായി, അല്ലെങ്കിലും എന്ത് സത്യം! എന്ത് കോടതി! മരണം, അതാണ് സത്യം!!

■

കഥകൾ

അഞ്ചുകുടി ധീര

1900-ൽ വെള്ളക്കാർ മൂന്നാർ വെട്ടിത്തെളിച്ച് തേയിലത്തോട്ടം തുടങ്ങാൻ പദ്ധതിയിട്ടു. ഇതിനായി ജോൺ എവിഡ് എന്ന സായിപ്പിന് 100 പേരുടെ ഒരു പട തന്നെ ഉണ്ടായിരുന്നു മൂന്നാറിന്റെ വടക്കു പടിഞ്ഞാറെ ഭാഗത്ത് ഒരു വലിയ കാട് ഉണ്ടായിരുന്നു. ജോണിന്റെ ആദ്യത്തെ ലക്ഷ്യം അതായിരുന്നു. അതിനായി അവിടെയുള്ള കാട്ടുവാസികളെ ഒഴിപ്പിക്കാൻ ജോൺ ആ പടയെ ഏൽപ്പിച്ചു. അത് വളരെ നന്നായി തന്നെ അവർ ചെയ്തു.

അപ്പോഴാണ് ഈ പടയ്ക്ക് ഒരു പേര് വേണമല്ലോ എന്ന കാര്യം ഓർമ്മ വന്നത്. ആ കാട്ടിലുള്ള ആയിരം കാട്ടുവാസികളെയാണ് അവർ ഒഴിപ്പിച്ചത് അതുകൊണ്ടുതന്നെ ആ പടയെ 1001 പട എന്ന് വിളിച്ചു.

അപ്പോഴാണ് ജോൺ സായിപ്പിന് കൊച്ചിയിലേക്ക് പോകാൻ തപാൽ വന്നത്. ജോൺസായിപ്പിനു പകരം ഒഡിവ് എന്ന സായിപ്പിനെ അയക്കാം എന്ന് ആ കത്തിൽ ഉണ്ടായിരുന്നു ജോൺസായിപ്പിന്റെ ബുള്ളറ്റ് കൊച്ചിയിലേക്ക് പോയി.

കാളവണ്ടി ഓടിക്കുന്ന കുരിയപ്പൻ അന്ന് രാത്രി പതിവ് പോലെ പട്ടണത്തിൽ നിന്ന് തിരികെ വരുമ്പോൾ പെട്ടെന്ന് മുന്നിൽ ഒരു തീപ്പന്തവുമായി ആറടി ഉയരമുള്ള ഒരാൾ! കുരിയപ്പന് പേടിയായി. ഒരു വലിയ ബാഗും പിന്നെ ഒരു കൗബോയ് തൊപ്പിയും വെച്ച് ഒരാൾരൂപം കുരിയപ്പന്റെ അടുത്തേക്ക് വരുന്നു ആ വെളിച്ചത്തിൽ അയാളുടെ മുഖം തെളിഞ്ഞു വരുന്നതു പോലെ കുരിയപ്പന് തോന്നി. മുഖം കണ്ടപ്പോൾ കുരിയപ്പന്റെ പേടി മാറി അതൊരു സായിപ്പ് ആയിരുന്നു

കുരിയപ്പൻ അദ്ദേഹത്തെ കോട്ടയിൽ കൊണ്ടു വിട്ടു.

'പേരെന്താണ്?'

കുരിയപ്പൻ ചോദിച്ചു:

'മൈ നെയിം... ഓ, മൈ നെയിം ഈസ് ഒഡിവ് മസ്.'

കുരിയപ്പന് എന്തോ ഒരു പേടി തോന്നി. ഒരു വല്ലായ്മ.

അതിക്രൂരനായ ഒരാളുടെ മുന്നിൽ പെട്ടതു പോലെ അവന് തോന്നി. അവിടെ നിന്നും എങ്ങനെയെങ്കിലും രക്ഷപെട്ടാൽ മതിയെന്ന് തോന്നി. അവൻ കുതിരയേയും കൊണ്ട് പാഞ്ഞു.

1001 പടയുടെ തലവനായി പുതിയ ഒരാൾ വന്നത് ആർക്കും അത്ര ഇഷ്ടപ്പെട്ടില്ല. പ്രത്യേകിച്ച് ജോൺ എവിഡിന്റെ അനിയൻ ജോ എവിഡന്. പക്ഷേ മൂന്നു ദിവസത്തിനകം ആ ദേഷ്യം മാറി. കാരണം തെക്ക് പടിഞ്ഞാറെ ഭാഗത്തെ കാടായിരുന്നു 1001 പടയുടെ രണ്ടാമത്തെ ലക്ഷ്യം, അതായത് ഒഡിവിന്റെ ആദ്യത്തെ ലക്ഷ്യം. ഒഡിവിന്റെ പ്രവൃത്തികൾ എല്ലാവരെയും ഞെട്ടിച്ചു. ആരെയും ഒഴിപ്പിക്കാതെ തന്നെ ഒഡിവ് ആ കാടിന് തീയിടാൻ ആജ്ഞാപിച്ചു. 1001 പട അത് അക്ഷരംപ്രതി അനുസരിക്കുകയും ചെയ്തു.

15 പേർക്ക് പരിക്ക് പറ്റി. 980 പേർ മരണത്തിന് കീഴടങ്ങി. ആ സംഭവം എല്ലാവരെയും ഞെട്ടിച്ചു. ഒഡിവ് ഒരു രാക്ഷസനായി മാറി. ഒഡിവിന്റെ അടുത്ത ലക്ഷ്യം വടക്കു കിഴക്ക് ഭാഗത്തുള്ള കാടാണ് എന്ന് ആ കാടിന്റെ തലവന് വിവരം കിട്ടി.

പക്ഷെ അവിടെ ആർക്കും പേടിയില്ല. കാരണം അവർ അഞ്ചു പേർ. അവർക്ക് പേരില്ല, അവരെ ഒരുമിച്ച് വിളിക്കുന്ന പേര് അഞ്ചുകുടി ധീര എന്നാണ്. അഞ്ചുകുടിലിലെ ധീരൻമാർ!

1001 പട പുറപ്പെട്ട് ഒരു തീഗോളം പോലെ കത്തിക്കയറി എത്തി. മറുഭാഗത്ത് കാടിന്റെ മക്കൾ എത്തിയത് വെറും അമ്പും വില്ലുമായി! 1001 പട അവരെ പുച്ഛിച്ചു തള്ളി. അഞ്ചുകുടിധീരരിലെ ഒന്നാമൻ മുന്നിൽത്തന്നെയുണ്ട്. അവൻ ആദ്യത്തെ അമ്പെയ്തു. അത് മുന്നിൽ നിന്ന ഒരു സായ്പിന്റെ തലയിൽ തന്നെ തുളച്ചു കയറി. ഒരു യുദ്ധം തന്നെ! കാടിന്റെ മക്കളുടെ അവസ്ഥ വളരെ മോശമായിരുന്നു. പെട്ടെന്നാണ് 1001 പടയ്ക്ക് നേരെ വെടിപൊട്ടിയത്.

അവസാനം 100 പേരുള്ള പട 58 പേരായി മാറി.

പക്ഷെ 1001 പടയ്ക്ക് മനസിലാവാത്ത കാര്യം തോക്ക് എന്ന് കേട്ടുകേൾവി പോലുമില്ലാത്ത ഈ കാട്ടുവാസികൾക്ക് എവിടു

ന്നാണ് തോക്ക് ?അവരതെങ്ങനെ ഉപയോഗിക്കാൻ പഠിച്ചു? എല്ലാം വലിയ ചോദ്യ ചിഹ്നങ്ങൾ! അവസാനം ഒഡിവിന് ആ അഞ്ചു പേരെ സംശയമായി.

അവരെപ്പറ്റിയായി ഒഡിവിന്റെ അന്വേഷണം.

ഈ കൊടും കാട്ടിൽ ഇങ്ങനെ അഞ്ചു പേർ എങ്ങനെ വന്നു? തോക്കുപയോഗിക്കാൻ, അതും വളരെ കൃത്യമായി ഉപയോഗിക്കാൻ അറിയുന്ന അഞ്ചു പേർ! ഒഡിവ് തന്റെ പടയുടെ തലവനോട് അതേക്കുറിച്ച് അന്വേഷിച്ചു. അദ്ദേഹം പറഞ്ഞു "ഐ തിങ്ക് മോർ പീപ്പിൾസ് കേം ടു മൂന്നാർ"

അതായത് കുറെയധികം വിദേശികൾ ഇങ്ങോട്ടു വന്നിട്ടുണ്ട് എന്ന്. അന്വേഷണം കൂടുതൽ വിശദമായി. ഒടുവിൽ ഒഡിവ് അവരുടെ പേരുകളിൽ എത്തിച്ചേർന്നു.

ജോണി മറ്റർ, പീറ്റർ മറ്റർ, ജോസ് മറ്റർ, ജോസഫ് മറ്റർ. അഞ്ചാമൻ ലുക്ക് തോസ്. നാലുപേരും ഒരേ കുടുംബത്തിൽ പെട്ടവർ. അഞ്ചാമൻ മറ്റൊരു കുടുംബാംഗം.

അവരുടെ അച്ഛനമ്മമാരാണ് ആദ്യം ഇവിടേയ്ക്ക് വന്നത്.

മൂന്നാർ കാണാനെത്തിയതായിരുന്നു അവർ. കേരളത്തിന്റെ വിവിധ ഭാഗങ്ങളിൽ സഞ്ചരിച്ച അവർക്ക് ഏറ്റവും ഇഷ്ടമായത് മൂന്നാർ ആയിരുന്നു. പൂക്കൾ നിറഞ്ഞ മൂന്നാർ. കുളിരു പെയ്യുന്ന മൂന്നാർ. അതിനേക്കാളും അവരെ ആകർഷിച്ചത് മൂന്നാറിലെ പാവപ്പെട്ടവന്റെ കണ്ണിലെ തിളക്കമായിരുന്നു. കാടിന്റെ മക്കളുടെ കണ്ണിലെ സ്നേഹത്തിന്റെ തിളക്കം. അതോടൊപ്പം അവരുടെ കണ്ണീരിന്റെ തിളക്കവും.

എല്ലാം നേരെയാക്കണമെന്ന് അവർ ആഗ്രഹിച്ചു. അതിനായി അവർ കാടിന്റെ മക്കൾക്കൊപ്പമാക്കി താമസം. പക്ഷെ, എല്ലാം ഒരു കരയ്ക്കടുക്കും മുൻപ് അവർ യാത്രയായി.

ആ ഉത്തരവാദിത്തം മക്കൾ ഏറ്റെടുത്തു.

എല്ലാം മനസിലാക്കിയ ഒഡിവ് അടുത്ത പദ്ധതി തയ്യാറാക്കി. പെട്ടെന്നൊന്നും ആർക്കും മനസിലാക്കാനാവാത്ത ഒരു പദ്ധതി. പക്ഷെ അഞ്ചുകുടി ധീരൻമാർ എല്ലാം മണത്തറിഞ്ഞു. അന്നവർ ആദ്യമായി കാടിറങ്ങി.

അവർ ഒഡിവിന്റെ കൊട്ടാരത്തിൽ എത്തി. മുറിയുടെ വാതിൽ തള്ളിത്തുറന്ന് അവർ അകത്തു കയറി. ഒഡിവ് ഞെട്ടിപ്പോയി അനങ്ങാൻ കഴിയും മുൻപ് തന്നെ അവർ അദ്ദേഹത്തെ

ഒരു കത്തിത്തുമ്പിൽ ഇല്ലാതാക്കി. കാടിന്റെ മക്കളുടെ ആയുധം! കത്തി! അതുകൊണ്ടു തന്നെ ഒഡിവിനെ അവർ ഇല്ലാതാക്കി.

അന്നുമുതൽ കാടിന്റെ മക്കൾ സുരക്ഷിതരാണ്. ഇന്നും അവിടം കാടായിത്തന്നെ തുടരുന്നു. അഞ്ചുകുടി ധീരൻമാരെ അഞ്ചു കുടിലുകളിലായി അവർ ഇന്നും ആരാധിക്കുന്നു. ഭാഷയ്ക്കും ദേശത്തിനും നിറത്തിനും അപ്പുറത്ത് മനുഷ്യ സ്നേഹം വാഴ്ത്തിപ്പാടുന്ന വീരാരാധന.

●

പ്രകാശം

അപ്പു അന്ന് ഒരു കഥ എഴുതാൻ പോവുകയാണ്. പക്ഷേ അപ്പുവിന്റെ കയ്യിൽ പേനയില്ല. ഒരു പേന കണ്ടപ്പോൾ അത് വല്ലാതെ സ്വന്തമാണെന്ന് അവന് തോന്നി. പക്ഷേ അത് അബുവിന്റെ പേനയാണ്.

അവൻ അബുവിനോട് ചോദിച്ചു:

'ഈ പേന എനിക്ക് തരുമോ?'

അബു പറഞ്ഞു:

'ഈ പേനയാണ് എന്റെ മനസിന് സ്വാതന്ത്ര്യം തന്നത്. അതുകൊണ്ട് ഇത് ഞാൻ തരില്ല'

അപ്പുവിന് വിഷമം തോന്നിയെങ്കിലും അവൻ കടയിൽ പോയി ഒരു പുതിയ പേന വാങ്ങി. ആ പേനയ്ക്ക് അവനൊരു പേരിട്ടു, 'പ്രകാശൻ'

അപ്പുവിന് പ്രകാശൻ ഒരു കൂട്ടുകാരനെപ്പോലെയാണ്.

വർഷങ്ങൾ കടന്നു പോയി. അപ്പു ഇന്ന് ഒരു അധ്യാപകൻ ആണ്. ഒരു ദിവസം അപ്പു തന്റെ പഴയ മുറിയിൽ വെറുതെയൊന്ന് കയറി. അവിടെ കുറെ പഴയ സാധനങ്ങൾ കൂടിക്കിടപ്പുണ്ടായിരുന്നു.

അപ്പു കുനിഞ്ഞ് ഒരു കളിപ്പാട്ടം കയ്യിലെടുത്തു. അതിൽ നിന്നും ഒരു പേന താഴെ വീണു. അത് ആ പഴയ പേന ആയിരുന്നു.

നമ്മുടെ 'പ്രകാശൻ! '

അടുത്ത ദിവസം അപ്പു വർഷങ്ങൾക്കു ശേഷം ഒരു കഥ എഴുതുകയാണ് അപ്പുമാഷ് ആ കഥ കുട്ടികൾക്ക് പറഞ്ഞു കൊടുത്തു. പ്രകാശൻ അപ്പുവിന്റെ ജീവിതത്തിൽ പ്രകാശം പരത്തി.

(ആലപ്പുഴ ജില്ലാ പഞ്ചായത്ത് സ്റ്റുഡന്റ്സ് മാഗസിൻ 'മഴവില്ലി'ൽ പ്രസിദ്ധീകരിച്ചത്)

മകന്റെ അച്ഛൻ

അയാളാണ് ജോസഫ്.

അതിസമർത്ഥനായ ഒരു കപ്പിത്താൻ ആയിരുന്നു അദ്ദേഹം. അദ്ദേഹത്തിന് കടലിൽ പോയി നല്ല പരിചയം ഉണ്ടായിരുന്നു. പ്രധാന കപ്പലുകളായ സോണിമ്യ, ബെറ്റർസ് എന്നിവയിൽ പത്തിൽ കൂടുതൽ വർഷം സേവനം അനുഷ്ഠിച്ചിട്ടുണ്ട്. ഇഷ്ടപ്പെട്ട ജോലി ചെയ്ത് സന്തോഷമായി ഇരിക്കാൻ നമുക്ക് പലപ്പോഴും കഴിയാറില്ല. അങ്ങനെ നോക്കുകയാണെങ്കിൽ അദ്ദേഹം ഭാഗ്യവാനാണ്.

അദ്ദേഹത്തിന് ഒരു മകൻ ഉണ്ട്. ലണ്ടനിലെ കറുപ്പായ കൊലപാതകങ്ങൾ. അതിന്റെ ചോര മണം മാറുന്നതിനു മുൻപ് തന്നെ ആ കുറ്റകൃത്യം ചെയ്തയാളെ അവൻ പിടികൂടും. പേര് ജോണിൻ ജോസഫ് എന്നാണെങ്കിലും പോലീസുകാർക്കിടയിൽ അവൻ സൂപ്പർസ്റ്റാർ പോലീസ് ജോണിൻ എന്നാണ് അറിയപ്പെടുന്നത്.

ഒരിക്കൽ സൂര്യന്റെ പൊൻവെട്ടം ഭൂമിയിലെ പച്ചകളിലേക്ക് എത്തുന്ന സമയം. സൂപ്പർസ്റ്റാർ പോലീസ് നല്ല ഉറക്കത്തിലാണ്. ജോസഫിന്റെ മുറിയിൽ നിന്ന് കുറെ ശബ്ദങ്ങൾ ഉയരാൻ തുടങ്ങി. പച്ചയായ ഉറക്കത്തിൽ നിന്ന് അവൻ എഴുന്നേറ്റപ്പോൾ ജോസഫ് പോയിക്കഴിഞ്ഞിരുന്നു. അവന്റെ മനസ്സിൽ എന്തോ പ്രശ്നമുള്ളതായി തോന്നി. കാരണം, ഒരിക്കലും ജോസഫ് അവനോട് പറയാതെ എവിടെയും പോകാറില്ല. ഇന്നലെ രാത്രി ഭക്ഷണം കഴിക്കുമ്പോൾ പോലും ജോസഫ് ഇതിനെപ്പറ്റി ഒരു അക്ഷരം പറഞ്ഞില്ല.

അവൻ അച്ഛനെ കാണാൻ തീരുമാനിച്ചു. നേരെ തുറമുഖത്തേക്ക് പോയി.

അവിടെ എല്ലാവരും അവന്റെ പരിചയക്കാരായിരുന്നു. ആ ഉറപ്പിൽ അവൻ ആ തുറമുഖത്ത് പ്രവേശിച്ചു. അവൻ നേരെ

പോയത് പ്രധാന കപ്പലായ സോണിമ്യയിലേക്ക് ആയിരുന്നു. അവിടുത്തെ സെക്യൂരിറ്റി ആദ്യം അവനെ തടഞ്ഞു. എങ്കിലും അവൻ കാര്യം പറഞ്ഞപ്പോൾ അവനെ സഹായിക്കാൻ അയാൾ തീരുമാനിച്ചു. പഴയ മണമുള്ള ഒരു രജിസ്റ്റർ എടുത്ത് അവന്റെ കരങ്ങളിലേക്ക് നൽകി. കൂടെ ഒരു വർത്തമാനവും, 'എനിക്കും ഇത്രയേ പറ്റൂ'.

ആ വാക്കുകളിൽ നിസ്സഹായതയും ദുഃഖവുമുണ്ടായിരുന്നു. ആ രജിസ്റ്ററിൽ അച്ഛന്റെ പേര് അവൻ കണ്ടെടുത്തു. അച്ഛൻ പോയ കപ്പലിന്റെ പേര് അതിൽ നിന്നും അവന് മനസ്സിലായി. എന്നാൽ അത് ഏത് കപ്പലാണ് എന്ന് അവന് മനസ്സിലായിരുന്നില്ല. അവൻ സെക്യൂരിറ്റിയുടെ അടുത്ത് ചെന്ന് അന്വേഷിച്ചു.

'ഇന്നലെ വന്നതാണ് ഇതിനു മുൻപ് ഞാൻ കണ്ടിട്ടില്ല. അതിൽ എന്ത് ചരക്ക് ആണെന്ന് പോലും എനിക്കറിയില്ല. ആ ഒരു കാര്യമേ ഇപ്പോൾ എനിക്ക് പറയാൻ പറ്റൂ. ഞാൻ രാവിലെ തൊട്ട് രാത്രി വരെയാണ് ഡ്യൂട്ടി. എന്നാൽ ബസ്കർ എന്നയാളാണ് രാത്രിയിലെയും വെളുപ്പിനെയും ഡ്യൂട്ടി. ഞാൻ അയാളെ ഒന്ന് വിളിക്കട്ടെ.'

അയാൾ പോക്കറ്റിൽ നിന്ന് ഒരു പഴയ ഫോൺ എടുത്തു. കുറെ നേരം അതിലെ കീപ്പാഡിൽ അമർത്തികളിച്ചു. ഒടുവിൽ ആരെയോ വിളിച്ചു. കുറച്ചുനേരം അവർ സംസാരിച്ചു. ആ വിളി കഴിഞ്ഞതും അവന്റെ നേരെ ഓടി വന്നു വിതുമ്പിയ സ്വരത്തിൽ അയാൾ പറയാൻ ശ്രമിച്ചു. എന്നാൽ കിതപ്പ് അതിനു സമ്മതിച്ചില്ല. ഒടുവിൽ എങ്ങനെയോ അയാൾ പറഞ്ഞു:

'ജോസഫ് സാർ പോയത് ഈ കപ്പലിൽ തന്നെയാണ്. തുറമുഖത്തെ ഏറ്റവും ചെറിയ കപ്പൽ ആണിത്. ഒരിക്കലും ജോസഫ് സാറെ പോലെ ഇത്ര വർഷം സേവനമനുഷ്ഠിച്ച ആരും ഇത്തരം ചെറിയ കപ്പലുകളിൽ പോകാറില്ല. അതിൽ പോകുന്നത് ഉറപ്പായും എന്തെങ്കിലും അപകടത്തിലേക്ക് ആവും'.

എന്ത് ചെയ്യണമെന്ന് അവൻ കുറെ അധികം സമയം ആലോചിച്ചു, ഒടുവിൽ അവൻ അച്ഛന്റെ ഓഫീസറെ കാണാൻ തന്നെ തീരുമാനിച്ചു. കാറിൽ കയറി അദ്ദേഹത്തെ കണ്ടു.

'എനിക്കറിയാമായിരുന്നു നീ എത്തുമെന്ന്. നിന്റെ അച്ഛൻ ഒരു വലിയ കാര്യത്തിനായി നിയോഗിക്കപ്പെട്ടിരിക്കുകയാണ്. അത് മാത്രമേ എനിക്കും പറയാൻ കഴിയൂ. ഇത്രയും മനസ്സിലാ

ക്കുക; നിന്റെ അച്ഛൻ എപ്പോഴും സുരക്ഷിതൻ ആയിരിക്കും മാസങ്ങൾക്കുള്ളിൽ തന്നെ അദ്ദേഹം തിരിച്ചെത്തും'

അവന് ആകെ പരിഭ്രാന്തിയായി. അച്ഛൻ ഔദ്യോഗിക ആവശ്യങ്ങൾക്കായി നിയോഗിക്കപ്പെട്ടു എന്ന കാര്യം എന്തു കൊണ്ട് അച്ഛൻ പറഞ്ഞില്ല എന്നവൻ ചിന്തിച്ചു. മാത്രവുമല്ല മാസങ്ങളോളം നീളുന്ന എന്ത് ഔദ്യോഗിക ആവശ്യമാണ്? എന്തായാലും അച്ഛനെ തേടി യാത്രയാകാൻ അവൻ തീരുമാനിച്ചു. അങ്ങനെ തന്റെ ചില വിശ്വസ്ത സുഹൃത്തുക്കൾക്കൊപ്പം അവൻ അച്ഛനെ തേടി യാത്രയായി. മൊസോക്കോ എന്ന കനാൽ വഴിയാണ് അച്ഛൻ ഇന്ത്യൻ മഹാസമുദ്രത്തിലേക്ക് പോകുന്നത് എന്നാണ് അവന് ലഭിച്ച വിവരം.

പക്ഷേ ഇടയ്ക്കുവെച്ച് അവൻ മോസോപിയോ എന്ന തുറമുഖത്ത് വച്ച് കപ്പൽ യാത്ര അവസാനിപ്പിച്ചു. പിന്നീട് കരയിലൂടെയായി യാത്ര ഈ കപ്പൽ യാത്ര തന്റെ അച്ഛനെ കണ്ടെത്താൻ സഹായിക്കില്ലെന്ന് അവന് തോന്നിയിരുന്നു. മൊസേ ാക്കോയുടെ പ്രവേശന കവാടത്തിൽ എത്തിയ അവർ ഒരു കാര്യം ഉറപ്പിച്ചു. അവിടേക്ക് ആ ചെറുകപ്പൽ എത്തിയിരുന്നില്ല . സമയം കടന്നുപോയി ദിവസം മൂന്നു കഴിഞ്ഞു കപ്പൽ എത്തിയില്ല. അവൻ അക്ഷമനായി.

പെട്ടെന്നാണ് അവന് ഓഫീസറുടെ വാക്കുകൾ ഓർമ്മ വന്നത്. യു.കെ യുടെ കാര്യവുമായി ബന്ധപ്പെട്ടാണല്ലോ അവന്റെ അച്ഛൻ പോയിരിക്കുന്നത്. അതുകൊണ്ട് അവൻ തിരികെ നാട്ടിലെത്തി. അവിടെയെത്തിയ അവനെ കാത്തിരുന്നത് ഒരു കത്ത് ആയിരുന്നു. ആഫ്രിക്കയിൽ നിന്നു തന്നെയായിരുന്നു ആ കത്ത്. അച്ഛൻ അയച്ച കത്തായിരുന്നു അത്. എന്നാൽ ഒറ്റനോട്ടത്തിൽ തന്നെ ആ കത്തിലെ അക്ഷരങ്ങൾ അച്ഛന്റേതല്ല എന്നവൻ തിരിച്ചറിഞ്ഞു. അച്ഛൻ ഏതോ ആപത്തിൽ പെട്ടിരിക്കുന്നു എന്ന് മനസ്സിലാക്കുകയും വീണ്ടും അച്ഛനെ തേടിയുള്ള യാത്ര ആരംഭിക്കുകയും ചെയ്തു.

ആഫ്രിക്കയുടെ തീരങ്ങളിലും കാടുകളിലും അവൻ അച്ഛനെ തേടി. ഒടുവിൽ ഏറ്റവും യാദൃശ്ചികമായി, ഒരിക്കലും പ്രതീക്ഷിക്കാത്ത ഒരു തീരത്ത് പാറക്കൂട്ടങ്ങൾക്കിടയിലെ മരങ്ങളോട് ചേർന്ന് അച്ഛനെ അവൻ അവശനിലയിൽ കണ്ടെത്തി. അവന് അത്ഭുതം തോന്നി. ഒരിക്കലും കണ്ടെത്താൻ കഴിയില്ല

എന്ന് കരുതിയിരുന്ന അച്ഛനെ ഒരിക്കലും നിനച്ചിരിക്കാത്ത സ്ഥലത്തും സമയത്തും താൻ കണ്ടെത്തിയിരിക്കുന്നു.

ഈശ്വരന് നന്ദി. ഈശ്വരാ, നീയെത്ര കനിവുള്ളവനാണ്. അവൻ അച്ഛന് വേണ്ട ശുശ്രൂഷകൾ നൽകി. ആശുപത്രിയിൽ എത്തിച്ചു.

അച്ഛൻ ബോധത്തിലേക്ക് തിരിച്ചെത്തിയപ്പോൾ അവൻ അച്ഛനോട് കാര്യങ്ങൾ ചോദിച്ചു മനസ്സിലാക്കി. യഥാർത്ഥത്തിൽ രാജ്യത്തിന്റെ ഒരു ദൗത്യവുമായി ബന്ധപ്പെട്ട് മറ്റൊരു രാജ്യത്തെ നിരീക്ഷിക്കുന്നതിനായി നിയോഗിക്കപ്പെട്ട സംഘത്തിന്റെ യാത്രാ കപ്പലിലെ ക്യാപ്റ്റൻ ആയാണ് അവന്റെ അച്ഛൻ വീണ്ടും നിയോഗിക്കപ്പെട്ടത്. എന്നാൽ, നിർഭാഗ്യവശാൽ കടൽക്കൊള്ളക്കാരുടെ ഒരു സംഘം അവരെ ആക്രമിക്കുകയും, അച്ഛനെ തട്ടിക്കൊണ്ടുപോവുകയും ചെയ്യുകയായിരുന്നു. ഏറ്റവും രഹസ്യമായി നടന്നിരുന്ന ഒരു ദൗത്യം ആയിരുന്നതിനാൽ ഇതിന് ഒരു തരത്തിലുള്ള വാർത്താ പ്രാധാന്യവും നൽകിയിരുന്നില്ല. എന്നാൽ ഗവൺമെന്റ് ശക്തമായ തിരച്ചിൽ നടത്തിയിരുന്നു. എന്തായാലും തന്റെ അച്ഛനെ രക്ഷിക്കാൻ കഴിഞ്ഞതിൽ അവന് അഭിമാനം തോന്നി.

●